விரும்பிச் சொன்ன பொய்கள்

கிழக்கு பதிப்பக வெளியீடுகளாக சுஜாதாவின் புத்தகங்கள்

மீண்டும் ஜீனோ
நிறமற்ற வானவில்
நில்லுங்கள் ராஜாவே
தீண்டும் இன்பம்
ஆஸ்டின் இல்லம்
அனிதாவின் காதல்கள்
நைலான் கயிறு
24 ரூபாய் தீவு
அனிதா இளம் மனைவி
கொலை அரங்கம்
கமிஷனருக்கு கடிதம்
அப்ஸரா
பாரதி இருந்த வீடு
மெரீனா
ஆர்யபட்டா
என் இனிய இயந்திரா
காயத்ரி
ப்ரியா
தங்க முடிச்சு
எதையும் ஒருமுறை
ஊஞ்சல்
ஓரிரவில் ஒரு ரயிலில்
மீண்டும் ஒரு குற்றம்
விக்ரம்
நில், கவனி, தாக்கு!
வாய்மையே சில சமயம்
வெல்லும்
ஆ..!
வசந்த காலக் குற்றங்கள்
சிவந்த கைகள்
ஒரே ஒரு துரோகம்
இன்னும் ஒரு பெண்
6961
ஜோதி
மாயா
ரோஜா
ஓடாதே
மேற்கே ஒரு குற்றம்
விபரீதக் கோட்பாடு
ஐந்தாவது அத்தியாயம்
மலை மாளிகை
விடிவதற்குள் வா
மூன்று நாள் சொர்க்கம்
பத்து செகண்ட் முத்தம்
கம்ப்யூட்டர் கிராமம்
இளமையில் கொல்

மேகத்தை துரத்தியவன்
ஒரு நடுப்பகல் மரணம்
நகரம்
இதன் பெயரும் கொலை
மண்மகன்
தப்பித்தால் தப்பில்லை
விழுந்த நட்சத்திரம்
முதல் நாடகம்
ஆட்டக்காரன்
ஜன்னல் மலர்
என்றாவது ஒரு நாள்
வைரங்கள்
மேலும் ஒரு குற்றம்
சொர்க்கத் தீவு
கனவுத் தொழிற்சாலை
ஆயிரத்தில் இருவர்
பதினாலு நாட்கள்
உள்ளம் துறந்தவன்
பிரிவோம் சந்திப்போம்
கரையெல்லாம் செண்பகப்பூ
இரண்டாவது காதல் கதை
நிர்வாண நகரம்
குருபிரசாதின் கடைசி தினம்
இருள் வரும் நேரம்
திசை கண்டேன் வான் கண்டேன்
ஆழ்வார்கள் - ஓர் எளிய அறிமுகம்
தேடாதே
விருப்பமில்லாத் திருப்பங்கள்
விரும்பிச் சொன்ன பொய்கள்
கை
ஆதலினால் காதல் செய்வீர்
நூற்றாண்டின் இறுதியில் சில சிந்தனைகள்
அப்பா, அன்புள்ள அப்பா
மிஸ். தமிழ்த்தாயே, நமஸ்காரம்!
சிறு சிறுகதைகள்
வாரம் ஒரு பாசுரம்
வானத்தில் ஒரு மௌனத்தாரகை
கடவுள் வந்திருந்தார்
அனுமதி
ஓலைப் பட்டாசு
சேகர், சிங்கமய்யங்கார் பேரன்
கம்ப்யூட்டரே ஒரு கதை சொல்லு
டாக்டர் நரேந்திரனின் விநோத வழக்கு
நிஜத்தைத் தேடி
பாதி ராஜ்யம்
சில வித்தியாசங்கள்

விரும்பிச் சொன்ன பொய்கள்

சுஜாதா

கிழக்கு

விரும்பிச் சொன்ன பொய்கள்
Virumbi Sonna Poigal
by Sujatha
Sujatha Rangarajan ©

Kizhakku First Edition: January 2011
88 Pages
Printed in India.

ISBN 978-81-8493-628-5
Title No. Kizhakku 608

Kizhakku Pathippagam
177/103, First Floor,
Ambal's Building, Lloyds Road,
Royapettah, Chennai 600 014.
Ph: +91-44-4200-9601
Email : support@nhm.in
Website : www.nhm.in

Cover & Inside : Shutterstock

Kizhakku Pathippagam is an imprint of New Horizon Media Private Limited

This book is sold subject to the condition that it shall not, by way of trade or otherwise, be lent, resold, hired out, or otherwise circulated without the publisher's prior written consent in any form of binding or cover other than that in which it is published and without a similar condition including this the rights under copyright reserved above, no part of this publication may be reproduced, stored in or introduced into a retrieval system, or transmitted in any form or by any means (electronic, mechanical, photocopying, recording or otherwise), without the prior written permission of both the copyright owner and the above-mentioned publisher of this book.

‘வேண்டாம். மறக்க முடியாம நிறையவே நடந்துருச்சு. வெய்ட் எ மினிட். உங்களைப் பார்த்தா ஞாபகத்துக்கு ஒரே ஒரு பொருள், விஷயம்... உங்கள நினைச்சா வில், உங்க வில்லு ஞாபகம் வரும். உங்களுக்கு ஆட்சேபணை இல்லைன்னா உங்க வில்லை எனக்குக் கொடுங்க. மெட்ராஸ் போனப்புறம் என் ரூம்ல அலங்காரமா மாட்டிர்றேன். ஒரு வில், ஒரு அம்பு! நேற்றைக்கு அந்த வில் மாதிரிதான் நான் உணர்ந்தேன்’ என்றாள்.

முன்னுரை

1987-ல் 'குங்குமச் சிமிழ்'க்காக எழுதப்பட்டது. இடையே குமரிப் பதிப்பகம் ஒரு பதிப்பு வெளியிட்டபின், புதிய பதிப்பாக விசா இதனை 2004-ல் கொண்டுவருகிறார்கள். 17 ஆண்டுகள் கழித்தும் சுவாரஸ்யமான கதைகளுக்கு செலாவணி இருப்பது என் போன்ற எழுத்தாளர்களுக்கு உற்சாகம் தருகிறது.

இந்த நாவல் இறுதியில் ஒரு 'ஆம்', 'இல்லை' வார்த்தையின் தேர்வில் வந்துமுடிகிறது. வாசகர்களிடம் அம்முடிவை விட்டுவிடுவது எனக்குப் பிடித்த உத்திகளில் ஒன்று. படித்துப் பார்த்தால் இப்படிப்பட்ட முடிவு தவிர்க்க முடியாதது என்பது வாசகர்களுக்குப் புரியும்.

சுஜாதா
சென்னை, ஏப்ரல் 2004

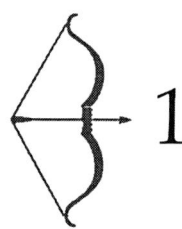

1

மந்தாகினி புருஷோத்தம் என்கிற பெண்மணிக்காக மதுரை விமான நிலையத்தில் காத்துக்கொண்டிருக்கும்போது என் 'இதுவரை வாழ்க்கை'யை விமானம் வருவதற்குள் சொல்லிவிடுகிறேன்.

என் பெயர் கே.என்.ராதாகிருஷ்ணன். அமலா சர்க்கஸில் இருந்தபோதிலிருந்தே என்னை ராதா என்று தான் கூப்பிடுவார்கள். யாரும் என்னை கே.என். ராதாகிருஷ்ணன் என்று வாய்நிறையக் கூப்பிட்டதில்லை. கோர்ட்டில் தவிர.

அமலா சர்க்கஸில் என்னை வேலையை விட்டு நீக்கி விட்டதற்குக் காரணம் கிரிஜா என்கிற மலையாளப் பெண்ணின் மார்பில் அம்பு எய்துவிட்டேன். வேண்டுமென்றே!

ஏன் என்று சொல்வதற்குமுன் என் சுபாவத்தைப் பற்றிச் சொன்னால்தான் உங்களுக்கு நான் ஒரு மலையாளப் பெண்ணின் மார்பில் நடுமையத்தில் அம்பு எய்ததின் பின்னணி புரியும்.

என் சுபாவம் 'முணுக்' என்ற மூன்று எழுத்துக்களில் அடங்கிவிடும். முணுக்கென்றால் கோபம் வந்து விடும்; அடித்துவிடுவேன். முணுக்கென்றால் அழுகை வந்துவிடும்; மாலை மாலையாகக் கண்ணில் நீர் வடிப்பேன். திருப்புமுனை

சமாசாரங்களையெல்லாம் ஒரு நிமிஷத்தில் தீர்மானித்துவிடுவேன். நிமிஷமாய்க் காதலித்து விடுவேன்; நிமிஷமாய்க் கைவிட்டுவிடுவேன்.

இதை முன்கோபம் என்பது தப்பு. என் நண்பன் வில்ஃப்ரட் கோபால்சாமி ரொம்பப் படித்தவன். அவன் சொல்வான், 'ராதா நீ ரொம்ப இம்பல்ஸிவ்டா.' இம்பல்ஸிவ் என்பதற்கெல்லாம் அர்த்தம் புரிந்துகொள்ளும் அளவுக்கு அத்தனை படிப்பு எனக்கில்லை. சின்ன வயசிலிருந்தே சர்க்கஸ் சூழ்நிலையில் வாழ்ந்தவன். அப்பா ஜெமினி சர்க்கஸில் ட்ரபீஸ் ஆர்ட்டிஸ்ட்டாக இருந்தார். கமலா, ரேமான் என்று மாறிக்கொண்டே இருப்பார். அம்மா அவர் போகும் இடம் எல்லாம் போவாள். எப்போதும் சிரித்துக்கொண்டே பெட்டி படுக்கையோடு தயாராக இருப்பாள். அம்மா புலி, சிங்கம் இவற்றை எல்லாம் தழுவிக் கொடுத்து தலையை வாய்க்குள் நுழைத்து எடுத்துச் சிரித்துவிட்டு கையை உயர்த்திவிட்டு வந்து என்னைத் தாலாட்டுவாள். எனக்கு ஏற்பட்ட இம்பல்ஸ் குணம் அம்மாவாலா, அப்பாவாலா என்று தீர்மானிப்பதற்குள் இருவரும் செத்துப் போய்விட்டார்கள். அப்பா வலையிலிருந்து விலகி விழுந்து ஒரே ஒரு நிமிஷத்தில்... வேண்டாம், அழுகை வருகிறது.

அம்மா ரொம்ப நாள் தூக்கம்போல் இருந்துதான் போனாள். கோமா என்று சொன்னார்கள். தோளில் புலி அறைந்துவிட்டது. ரத்தக் குதறல். புலிக்கு அன்றைக்கு மூடு சரியில்லையோ, என்ன எழவோ, அம்மாவை ஒரே சவட்டு சவட்டிவிட்டது.

ஆகவே, நான் சின்ன வயதிலிருந்தே ட்ரபீஸ் பக்கம் போகவில்லை. மிருகங்களையும் நாடவில்லை. பீங்கான் கிண்ணங்களை எறிந்து எறிந்து தலைமேல் அடுக்கிக்கொள்வது, வட்டப் பலகையில் சுற்றும் பெண்களின் மேல் கத்தி எறிவது, அப்புறம் என் தனிப்பட்ட திறமை, வித்தை, வில்-அம்பு வீச்சு.

கண்ணைக் கட்டிவிட்டாலும், எதிரே இருபத்தைந்தடி தூரத்தில், தலைமேல் ஆப்பிள் வைத்துக்கொண்டு சிரித்துக் கொண்டிருக்கும் கிரிஜா (நான் முன்பு சொன்ன மலையாளப் பெண்), நாணை இழுத்து ஒரு கண்ணை மூடிக்கொண்டு கூடாரத்தில் கூடியிருக்கும் ஆயிரம் பேர்களும் மூச்சை இழுத்துப் பிடித்துக் கொண்டு காத்திருக்க, பேண்டு கோஷ்டி கித்தார் வாத்தியக்காரன் ஜி கம்பியைத் தேய்த்து டொய்ய்ய்ங் என்று சப்தம் பண்ண,

அதே நேரத்தில் அம்பு புறப்பட்டு ஆப்பிளை நிலைகுத்த, ஸ்திரீ சிரித்துக்கொண்டே விலகி என் அருகில் வந்து கை கோர்த்துக் கொள்ள, நான் தோளில் வில்லை மாட்டிக்கொள்ள, அவள் என் இடுப்பை வளைத்துக்கொள்ள, நவீன அர்ஜுனன்-சுபத்ராபோல இருவரும் பணிந்துவிட்டு ஜிகினா வாசலை நோக்கிப் பின் வாங்குவோம். வட்ட வெளிச்சம் எங்களை அதன் மெலிய வெப்பத்தில் தொடர, எல்லோரும் கைதட்ட... அத்தனை சந்தோஷத்தையும் ஒரு நாளில் கைவிட்டேன். காரணம் இம்பல்ஸ்!

கிரிஜாவுக்கு எங்களோடெல்லாம் பழகி தமிழ் திருத்தமாக வந்து விட்டது. பளீர் என்று சிரிக்கும் அசல் மலையாளப்பெண். அவர் களுக்கெல்லாம் தனிப்பட்ட அங்க லட்சணங்கள் உண்டு. கட்டையான, சுருட்டையான, பின்னாத தலைமயிர். உயரக் குறைவு. வட்டமான அல்லது ஏறக்குறைய சதுர முகம். சற்றே ஆண் பிள்ளைக் குரல்.

கிரிஜாவுக்கு அதெல்லாம் இருந்ததுடன் கட்டுக்கடங்காத, ததும்பும் மார்பும் இருந்தது. அதை நிலா வெளிச்சத்தில் விடு வித்துத் தொட்டுப் பார்த்திருக்கிறேன். அந்த அனுபவத்தைத் திருத்தமாக வர்ணிக்க எனக்குத் தமிழ் இல்லை. (பின்னணியில் ஒரு ஒட்டகம் பெரிய உதடுகளுடன் பிளிறிக்கொண்டிருந்தது ஞாபகம் இருக்கிறது.)

கிரிஜாவும் நானும் ஒரே ஆக்ட் என்று சொல்வார்கள்; ஒரே வித்தையில் இரண்டு அங்கங்கள். நான் வில், அவள் இலக்கு. ரொம்ப சினேகிதமாகவே இருந்தோம். மொட்டை சைக்கிளில் அவள் என்னை முன்பக்கத்து பாரில் ஏற்றி வைத்துக்கொண்டு ஓட்ட, காலிக்கூடார அரங்கத்தில் சுற்றுவோம். தொடை உரசும். அவள் மேல் படுவேன். வேண்டுமென்றே தொடுவேன். அங் கங்கே அழுத்துவேன். பிகுவே கிடையாது. அவள் அண்ணன் குட்டிக்கரணம் போடுவான். எப்போதாவது காமிக் பண்ணுவான். அவன் முன்னிலையிலேயே கிரிஜாவின் கன்னத்தில் முத்தம் கொடுத்திருக்கிறேன். கண்டுக்காமல் போவான். கிரிஜாவைக் கேட்க முடியாது. என் சுபாவமும் அவனுக்குத் தெரியும்.

ஆனால், ராஸ்கல் ஒரு மாதிரி பழிவாங்கிவிட்டான். அவர் களுக்குச் சொந்த ஊர் மஞ்சேரியிலிருந்து ஸ்ரீதரன் என்பவனை ஒரு முறை கொண்டுவந்து அசிஸ்டெண்ட் மேனேஜராகச் சேர்த்து விட்டான். சர்க்கஸ் முதலாளி ஆப்ரஹாம் கோஷி என்ற

மலையாளி. ஸ்ரீதரன் கிறிஸ்டியன் இல்லை என்றாலும் மலையாளிக்கு மலையாளி என்று ஒரு விசுவாசம் இருக்கத்தான் செய்யும்.

இந்த ஸ்ரீதரன் மூச்சுவிடாமல் ஒரேமாதிரி மலையாளத்தில் பேசுவான். அது எனக்குப் பிடிக்கவில்லை. ஸ்ரீதரன் அவளை கிரிஜே என்று கூப்பிடுவதும் பிடிக்கவில்லை. அவளை அங்கங்கே கண் மறைவாக அழைத்துக்கொண்டு சென்றது எனக்குச் சற்றேனும் பிடிக்கவில்லை. 'கிரிஜா, நீ அந்தாளுடன் ஏன் குலாவுகிறாய்' என்று சொல்லிப்பார்த்தேன். 'அவர் புதுசா வந்திருக்கிறார். பி.ஏ. படிச்சவர். உன்னைப் போல கத்தி வீசற ஆசாமி இல்லையாக்கும்' என்றபோது அந்த வழியே வந்த ஸ்ரீதரனிடம் மலையாளத்தில் ஏதோ சொல்ல அவன் என்னைப் பார்த்து, 'வெள்ளம் குடிக்கு' என்றான். 'நீ மூத்திரம் குடி' என்றேன். 'பட்டி மகனே' என்று சொன்னான். நான் யோசிக்காமல் தாடையில் இரண்டு கைகளாலும் ஒரு சாத்து சாத்தினேன். அடித்த அடியில் மஞ்சேரி ஸ்ரீதரனின் முன்பற்கள் உடைந்து உதடு பூரா ரத்த லிப்ஸ்டிக் போட்டு 'அம்மே' என்று உட்கார்ந்துவிட்டான். கிரிஜா என்னை ஆக்ரோஷமாகப் பார்த்து, 'நீ எனக்கு சொந்தக்காரனில்லை, கேட்டோ?' என்று உதடெல்லாம் துடிக்கச் சொன்னாள். ஸ்ரீதரன் மவுனமாக எழுந்து முதலாளியிடம் கம்ப்ளெயிண்ட் பண்ணச் சென்றான். நான் கிரிஜாவின் முழங்கையைப் பிடித்து, 'சொந்தக்காரன் ஆகப் போகிறேன். அண்ணனைக் கூப்பிடு. இப்பவே வா. கல்யாணம் செய்துக்கலாம். இன்னைக்கே தேனிலவு' என்று அவள் முன்னால் மண்டி போட்டுக்கொண்டு, 'கிரி, நாம ரெண்டுபேரும் அன்னியோன்யமாப் பழகிட்டோம். தொட்டாச்சு. தடவியாச்சு. கடைசி சமாசாரம் தவிர பாக்கியெல்லாம் ஆயிருச்சி. வா கிரி. நாம திருமணம் செய்துக்கலாம். கூடாரத்துலயே நடுவுலயே வெச்சுக்கலாம். இங்கதான் பிறந்தோம். வளர்ந்தோம். இங்கேயே மணந்தோம்னு இருக்கட்டும். வா கிரி'ன்னு அவ கையைப் பிடிச்சேன். கேட்ட விதம் சரியாயில்லை. இன்னும் கொஞ்சம் நாசூக்கா, காதலா கேட்டிருக்கணும். பயப்படுத்தற தொனியில கேட்டேன். அவ கையைப் பிடிச்சப்போ நகத்தால கீறினா. எனக்குக் கோவம் வந்தது. பளீர்னு அறைஞ்சுட்டேன். அவ எங்கிட்டருந்து பிடுங்கிட்டு ஸ்ரீதரன் போன திசையிலயே போயிட்டா.

அதுக்கப்புறம் அவ என்கூடப் பேசலை. வில்லால அவளைக் குறி வைக்கறப்போ என்னை நேரா கண்கொட்டாமப் பார்த்தாலும்

என்னைப் பார்க்கலை. எனக்குப் பின்னால தூரத்தில இருந்த யாரையோ பார்க்கற மாதிரி கடைவாய் ஓரத்தில் சின்னதா அலட்சியமா ஒரு சிரிப்பு. 'நீயாவது என்னை அடையறதாவது.'

அப்பல்லாம் கூடக் கோபம் வரவில்லை எனக்கு. ஆனால் அன்னைக்கு செவ்வாய்க்கிழமை சம்பவத்துக்குப்புறம்தான் எனக்குள்ள என்னமோ அறுந்துபோன மாதிரி ஆயிருச்சு. சில்க் பைஜாமாவை காஸ்டியூமர்கிட்டருந்து வாங்கிட்டுவந்து அதை அலமாரியில வெக்கணும்னு கூடாரத்தில் நுழைஞ்சபோது பக்கத்துக் கூடாரத்தில முனகல் சப்தம் கேட்டது. லேசா படுதாவை விலக்கிப் பார்த்தா, அவசரமா அந்த ஸ்ரீதரன், மண்டி போட்டு உட்கார்ந்திருந்த கிரிஜாவின் புடைவையை விடுவித்து, 'ஏ கிரிஜா, நான் உன்னை ஸ்னேகிக்குன்னு, ப்ரேமிக்குன்னு'ன்னு... மவுனமா எல்லாத்தையும் முழுக்கப் பார்த்தேன்.

அன்னிக்கு சாயங்காலம் எங்க ஆக்ட் வர்றப்பவும் ராத்திரி பூராவும் அதையே யோசித்துக்கொண்டிருந்தேன். ஒரு சமயத்தில் நேராப் போயி தலைமயிரைக் கொத்தாப் புடிச்சு கோயிலுக்கு கூட்டிக்கொண்டுபோய் கல்யாணம் பண்ணிரலாம்னு தோன்றும். மற்றொரு சமயம், 'சே, இந்த பஜாரிக்கு இப்படி அல்லாடலாமா, கை சொடுக்கினா எனக்கு பொம்பளை' அப்படின்னு தோன்றினாலும், அந்தக் காட்சியை என்னால மறக்க முடியலை. அதே மாதிரி, கிரிஜாவை நான் போனவாரம்தான் உட்காரவைத்து அதே மாதிரி பாதங்களில் தொடங்கி மெல்ல மெல்ல முன்னேறியிருக்கிறேன். சீ! பொம்பளைங்க எல்லாரையும் வரிசையா நிக்கவெச்சு கத்தி எறியணும்ன்னு ஆயிடுத்து.

பொறாமைங்கறது ஒரு தீ போல. உள்ளே வெளியே எங்க பார்த்தாலும் எரிக்கிற தீ. இதை பொறாமைன்னு சொல்லவும் முடியலை. ஏமாற்றம்... அந்த நிராகரிப்பைத் தாங்கிக்க முடியாத குருட்டுக் கோபம். எந்த ஒரு மனுஷனுக்கும் அடிப்படையா ஒரு மானம் மரியாதை இருக்கிறது. அதைக் கலைத்தால் அவன் என்ன செய்வான் என்று எதிர்பார்க்க முடியாது. ஒருவன் திரிவான். ஒருவன் அலைவான். ஒருவன் சுயபரிதாபத்தில் குடிப்பான். ஒருவன் தற்கொலைகூட செய்துப்பான். என்னைப்போல ஆசாமி உடனே பழி வாங்கிவிடுவான்.

மறுநாள்தான் அந்த விபத்து நிகழ்ந்தது. எப்போதும்போல கரடிக்குட்டி சைக்கிள் விட்டுவிட்டு கோமாளி ட்ரவுசர்ல நெருப்பு

பற்றிக்கொண்டு குரங்கு ஃபயர் இன்ஜின்ல வந்து அணைக்கிறது முடிஞ்சப்புறம், 'அன்பர்களே! உலகப் புகழ்பெற்ற வில்வித்தை சக்கரவர்த்தி, வில்லாளன், வில்லேந்திர பூபதி ராதாவும் கிரிஜாவும்' என்று மைக்கில் சொல்லிவிட்டு இளையராஜாவின் நேற்றைய ஹிட்டை வாசிக்கத் தொடங்க, நானும் கிரிஜாவும் வெளிச்சத்தில் நுழைந்து அதனோடு நடக்க, கிரிஜா பலகைக்கு முன்னால் நிற்க, கோமாளி ஆப்பிள் பழத்தை அவளிடம் கொடுத்துவிட்டு காதிலிருந்து காதுவரை சிரித்துவிட்டு அவளிடம் முத்தம் கேட்க, அவள் முத்தத்தைப் பறக்கவிட, அதைக் கீழேயிருந்த கோமாளி பொறுக்கிக்கொண்டு பட்டாபட்டி பைஜாமாவை முன்பக்கம் திறந்து போட்டுக் கொள்ள, பாமரர்கள் சிரிக்க, நான் வில்லை எடுத்து நாணை மீட்ட, அதற்கு உதவியாக கித்தார் கம்பி ஒலிக்க, சட்டென்று எல்லாம் மவுனமாகி கிரிஜா தலைமேல் ஆப்பிளைப் பொருத்திக்கொண்டு சிரிக்க, கெட்டில் ட்ரம் ஓசையில் உருள, நான் அம்பைப் பொருத்தி இழுத்து ஒரு கண்ணை மூடிக்கொண்டு கிரிஜா என்கிற அழகான பாதகியைப் பார்த்தேன். அவள் கண்களும் என் கண்களும் சந்திக்க, மெல்ல அவளைப் பார்வையால் மேலும் கீழும் வருடினேன். இந்த மார்பைத்தானே நேற்று அவனுக்குத் திறந்து வைத்தாய்.

இன்னும் இன்னும் நாண் அறுத்துவிடும் நிலைவரை இழுபட, என் நரம்புகள் அந்த நாணையும்விட விண்ணென்று இறுகிவிட, நெற்றிக்குள் ரத்த ஓட்டம் கேட்க, ஏறக்குறைய சம்போகத்தின் கடைசிக் கணம்போல என்னை நான் விடுவித்துக்கொள்ள, அடுத்த கணம் அவள் அம்மே என்று மார்பைப் பிடித்துக்கொண்டு முன்னால் சரிந்தாள். அம்பைப் பிடுங்க முயன்று கீழே விழ, கோமாளி சிரிப்பு மாறாமல் அவளை நோக்கி ஓட நான் பிரமிப்பு விலகாமல், 'ராதாவை ஏமாத்தினா அதான், ராதாவை ஏமாத்தினா அதான்' என்று சொல்லிக்கொண்டே அவளை நோக்கி நடந்த போது மேனேஜரும் முதலாளியும் சர்க்கஸ் டாக்டரும் வேகமாக ஓடிவந்தார்கள்.

ஓடிப்போய்விடவோ, குறி தப்பிவிட்டது என்று பொய் சொல்லவோ விரும்பவில்லை.

'என்னடா ஆச்சு ராதா. குறி தப்பிடுச்சா?'

'இல்லை முதலாளி.'

'அப்ப வேணும்னுட்டே அம்பு அடிச்சியா?'

'ஆமாங்க.'

'ஏண்டா பாதகா? ஏன்?'

'துரோகம் முதலாளி. எனக்கு துரோகம் செய்தா!'

'நாயிண்ட மகனே, அவ உனக்கு சம்சாரமாடா?'

'இல்ல முதலாளி.'

'பின்ன ஏன் கொன்னே?'

'அய்யோ கொன்னுட்டனா!'

கண்ல குழாய் திறந்தாற்போல தண்ணி கொட்ட அவளை ஆம்புலன்ஸில் வைத்து அழைத்துப் போக, பிரமித்துப்போய் பார்த்துக்கொண்டே இருக்க, கோமாளி இன்னும் சிரித்துக் கொண்டே ஜனங்களை உட்காரச் சொல்லிக் கொண்டிருந்தான். கிரிஜா ஆஸ்பத்திரியிலே பிழைத்துப் போனாலும் என்னை போலீஸ்காரர்கள் அழைத்துப்போய் விசாரித்து சர்க்கஸ் முதலாளி புகார் கொடுக்க என்னைக் கைது பண்ணி... எதுக்கு அந்த விவரங்கள்... என் வாழ்க்கையிலே ஒரு நரகத்தீவு அது. வாரா வாரம் இவன் வரவில்லை, அவன் வரவில்லை என்று மாஜிஸ்ட்ரேட் கோர்ட்டில் கேஸை ஒத்திப்போட்டே ஒரு வருஷம் பண்ணினார்கள். அதற்குள் கிரிஜாவுக்கும் ஸ்ரீதரன் பயலுக்கும் விவாஹம் கழிந்து அவள் கர்ப்பவதி ஆனபோதுதான் சாட்சி சொல்ல வந்தாள். தலையைக் குனிந்துகொண்டே, நான் சற்றும் எதிர்பாராதவிதமாக அவள் மார்பில் அம்பு எறிந்து விட்டதாகச் சொன்னாள். சர்க்கஸ் முதலாளியும் ஸ்ரீதரனும்கூட சாட்சி சொன்னார்கள். என்னை 'எதற்காக அப்படிச் செய்தாய்' என்று மாஜிஸ்ட்ரேட் கேட்க, நான் 'என்னமோ ஆயிடுத்துங்க' என்று திரும்பத் திரும்பச் சொன்னேன். 'என்னவோன்னா என் னய்யா?' என்று கேட்டதற்கு, 'என்னவோ' என்று பதில் சொன்னேன். பசுமையாக என் மனத்தில் பதிந்த அந்தக் காட்சியை மாஜிஸ்ட்ரேட் கோர்ட்டில் சொல்ல முடியுமா? அவள் மண்டி போட்டுக்கொண்டு உட்கார்ந்திருக்க, ஸ்ரீதரன் ஒரு கையால் முழங்கால் புடைவையையும் மற்றொரு கையால் மார்பையும் விடுவிக்க, பொறாமைத்தீயில் என் உடல் முழுவதும்

வெந்ததையும் தோல்வியின் சூட்டில் உடல் துடித்ததையும் சொல்ல முடியுமா?

எனக்கு மூன்று வருஷம் சிறைத்தண்டனை கிடைத்தது. மஞ்சள் டிஸ்டெம்பர் அடித்த மதில் சுவர்களும் வாட்ச் டவரும் ஜெயில் லைப்ரரியும் ஏ கிளாஸ் அறையில் சந்தித்த நாகு என்கிற நாக ராஜூம், அவன் என் வயிற்றில் குத்தியதும், ஜெயிலில் கிடைத்த செக்ஸ் அனுபவங்களும், பெல்ட்டால் வீறலும், ஊசிகளும் பீடி களும் கைத்தறிகளும், சூப்ரண்ட் அலுவலக வாயிலில் ஒழுங் கான ரோஜாச் செடிகளின் பதியன்களும் அந்த மூன்று வருஷ நரகத்தின் அம்சங்கள்.

என் பூர்வ கதை இன்னும் கொஞ்சம்தான் இருக்கிறது. அதற்குள் ஆவ்ரோ விமானம் வந்து நிற்க, பதைக்கும் வெயிலில் விமான நிலையத்துக்கு அருகே இருந்த ஆஸ்பெஸ்டாஸ் கூரை வேய்ந்த பயணிகள் உடமைகளைக் கோரும் பகுதிக்குச் சென்றேன். திருமதி மந்தாகினி புருஷோத்தம் எப்படி இருப்பார் என்று யோசித்துப் பார்த்தேன்.

இந்தம்மா எனக்கு ரொம்ப முக்கியமானவள். முதலாளியின் மனைவி. புருஷோத்தம்தான் என் முதலாளி. அவர் மாதிரி நல்லவரைப் பார்க்க முடியாது. நான் ஜெயிலிருந்து வந்ததும் சமூகம் எல்லாத் திசையிலும் நிராகரிக்க.

‘இதுக்கு முந்தி எங்க வேலை செய்துக்கிட்டு இருந்தே?’

‘ஜெயில்லேங்க!’

என்ன என்னவோ, என் பழைய அடையாளங்களை மறைக்கச் செய்து பார்த்தேன். கடை வைத்துப் பார்த்தேன். அடிதடி வந்து கடையைக் கொளுத்திப்போட்டார்கள். விட்டுவிட்டு கும்ப கோணம் போய் பஞ்சு மிட்டாய் மிஷின் பண்ணும் திட்டத்தில் கொஞ்சம் காசை எறிந்தேன். அப்புறம் லாட்டரி ஏஜெண்ட், அப்புறம் சர்க்குலேட்டிங் லைப்ரரி... எதிலும் சரிப்பட்டு வர வில்லை. ஆதார காரணம் - என் திறமை எல்லாம் ஒரு துறையில் தான். அது கத்தி எறிவது, வில்-அம்பு எய்வது போன்ற குறி பார்க்கும் வித்தைகளில்தான். கிரிஜா சம்பவத்துக்குப் பிறகு எனக்கு வில்லெடுக்க விருப்பமில்லை. வீட்டில் ஆணியில் தொங்குகிற வில்லை மளுக்கென்று அன்றே முழங்காலில் கொடுத்து முறித்திருக்க வேண்டும். சென்டிமெண்ட்டுக்காக

வில்லையும், ஒரு சில அம்புகளையும் எப்போதும் உடன் வைத்திருக்கிறேனே தவிர, சிறையிலிருந்து வெளிவந்ததும் சர்க்கஸ் பக்கம் தலைவைத்துப் படுக்கவில்லை. பிழைப்புக்காக அங்காடி நாயாக அலைந்து கடைசியில் தற்கொலை முயற்சி கூடப் பண்ணியாகிவிட்டது. (விழுங்கின மாத்திரைகளை வாயி லெடுத்துவிட்டேன்.) சர்க்கஸ் கம்பெனிக்காரர்கள் ஒருவருக் கொருவர் பரிச்சயமானவர்கள். என்னை சுலபமாக ஜாதிப்ரஷ்டம் செய்துவிட்டார்கள். நானும் அவர்களிடம் போய்த் தொங்க வில்லை. வேலை வேண்டும் என்று கெஞ்சவில்லை. அப்போது ஒருமுறை பழைய முதலாளியே சொல்லி அனுப்பினார்.

அப்போது சர்க்கஸ் திருச்சியில் டேரா போட்டிருந்தது. 'எப்படி இருக்கே ராதா?' என்றார் முதலாளி.

'ஒண்ணும் சரியில்லைங்க. உயிர் வாழ்ந்துட்டு இருக்கேன்.'

'கோபமெல்லாம் போயிருச்சா?'

'அது எங்க? ரத்தத்தில கலந்தது. கோபம் ஒண்டிதான் மிச்ச மிருக்கு. காசு எல்லாம் போச்சு.'

'கிரிஜா சர்க்கஸ விட்டாச்சு, தெரியுமில்லை?'

'தெரியாதுங்க. அதைப்பத்தி எனக்குக் கவலையும் இல்லை.'

முதலாளி என்னைப் பார்த்துக்கொண்டே மெல்லப் பேசினார். 'ராதா, நீ நம்ம சர்க்கஸ் நல்ல நிலைமையில் இருக்கறப்ப இருந் தவன். உன்னால எனக்கு லாபம் ஏற்பட்டிருக்கு. அந்தப் பழைய விசுவாசம் மாறாம இருக்கறதுக்கு உனக்கு உதவி செய்யலாம்னு இருக்கேன். பழசை எல்லாம் மறந்தாச்சு. உனக்கு புருஷோத்தம் என்கிறவரைத் தெரியுமா?' என்.பி. இண்டஸ்ட்ரியல் என்டர்ப்ரைஸஸ்'ன்னு கேள்விப்பட்டிருப்பியே?'

'தெரியாதுங்க.'

'பெரிய கம்பெனி. தமிழ்நாட்டில எல்லா நகரங்களிலும் ப்ராஞ்சு இருக்கு. ட்ரான்ஸ்போர்ட்டு, இந்துஸ்தான் லீவர் ஓல்ஸேல், கோடவுன், சோப்பு, சில்க்கு, மசி, பல்பசைன்னு எல்லாம் மொத்த வியாபாரம். ரொம்பப் பெரிய ஆசாமி. அவர் மதுரை கோடவுன்ல வேலைக்கு நம்பகமான ஒரு ஆள் கேட்டார். போறியா?'

'தாராளமாங்க. ஆனா கடந்த காலம்...'

'அதைச் சொல்லியாச்சி... பரவால்லைன்றார். தப்பு செய்தவன் திருந்திருப்பான்னாரு. என்ன வேலைன்னு தெரிஞ்சுக்க வேண்டாமா.'

'வேண்டாங்க. கக்கூஸ் கழுவறதா இருந்தாலும் செய்யத் தயாரா இருக்கேன். அவ்வளவு நொந்து போயிருக்கேன்.'

'அதெல்லாம் இல்லை. மதுரை கோடவுன்ல அசிஸ்டெண்ட் மேனேஜரா வேலை இருக்கு. தனியா கோடவுனைச் சமாளிக்கணும். சம்பளம் என்ன எதும் கேக்காதே. கொடுக்கற வேலைய விசுவாசமாச் செய்யி. அவரே பாத்து தாராளமா போட்டுக் கொடுப்பாரு. ரொம்பப் பெரிய மனுசன். உன்னை நம்பலாமில்லை?'

'அய்யோ என்னங்க?'

'கோபத்திலே அவர் மேல வில்லடிக்கமாட்டியே?'

'அய்யோ அதெல்லாம் விட்டுட்டங்க. தொட்டே வருஷக் கணக்கில் ஆயிருச்சு. இப்ப உயிர் வாழறதும் அடுத்த வேளை சோறும்தான் முதல் பிரச்னை!'

'கேள்விப்பட்டுத்தான் உனக்கு சொல்லியனுப்பிச்சேன்.'

'அய்யா, இந்த உதவியை எப்படி மறப்பன். உங்க சர்க்கஸ் பேரைக் கெடுத்தவன் நான்.' அவர் கையைப் பிடித்துக்கொண்டு கண்ணில் ஒத்திப் பார்த்தேன்.

'இதெல்லாம் வேண்டாம்ப்பா. சேச்சே.'

புருஷோத்தம். அவருக்கு என்.பி. எண்டர்பிரைஸஸ், என்.பி. டயர்ஸ், என்.பி. க்ரிண்டிமெண்ட்ஸ், என்.பி. எக்ஸ்போர்ட்ஸ் என்று எத்தனையோ கம்பெனி ஃபேமிலிக்குள்ளாகவே இருந்தன. என்.பி. என்று மவுண்ட் ரோடில் கமாண்டர் இன் சீஃப் ரோட்டுக்குத் திரும்பும் கூவம் பாலம் தாண்டியதும் மாடிமேல் நியான் ஒளிருமே, அது எங்கள் கம்பெனிதான். அதன் மதுரை கோடவுனில் எனக்கு வேலை கிடைத்த கொஞ்ச நாள் காலேஜ் அவுசிலே இருந்துவிட்டு இப்போது மேல மாசி வீதியிலே ஒரு கடைக்குப் பின்புறம் ரூம் எடுத்துக்கொண்டிருக்கிறேன். முதலாளியை ஒருமுறை பார்த்திருக்கிறேன். சிவகாசியில் ஒரு ஆஃப்

செட் லித்தோவை வாங்குவதற்காகப் போனபோது அவர்கூட காரில் போயிருக்கிறேன். அப்போதே சொன்னார். 'என் மனைவி மதுரை பார்க்கணும் என்றாள். எனக்கு அழைத்துவரச் சமய மில்லை. ஃப்ளைட்டுல அனுப்புகிறேன். பாண்டியனிலோ அஷோக்கிலோ ரூம் போட்டு பொறுப்பாகச் சுற்றிக் காட்டு கிறாயா' என்று கேட்டார்.

'தாராளமாக' என்று ஒப்புக்கொண்டேன். நான் சர்க்கஸில் இருந்ததைப் பற்றி அவர் எதுவும் கேட்கவில்லை.

புருஷோத்தமுக்கு வயசு அம்பத்து மூன்று இருக்கும். ஆகவே அவருடைய மனைவி எப்படியும் ஒரு நாற்பத்து ஐந்து வயசு இருப்பாள் என்று விமானத்திலிருந்து உதிர்ந்த பிரயாணிகளில் நாற்பத்து சொச்சம் வயசுள்ள பெண்மணியைத் தேடினேன். கையில் எதற்கும் 'என்.பி' என்று ஒரு அட்டையில் எழுதி வைத்திருந்தேன். நாற்பத்து சொச்சம் வயசான பெண்மணிகள் யாரும் வரக்காணோம். மாறாக, சுமார் 25 வயது மதிக்கத்தக்க, மஞ்சள் ஸாரி அணிந்த பெண் என் அருகே வந்து, 'நீங்கதானே ராதாகிருஷ்ணன்?' என்றாள்.

'ஆமாம் நீங்க?'

'மிஸஸ் புருஷோத்தம்' என்று கண்ணில் போட்டிருந்த கண் ணாடியை நீக்கிவிட்டு என்னைப் பார்த்தாள். எனக்குக் கொஞ்சம் அதிர்ச்சியாக இருந்தாலும் அதைக் காட்டிக் கொள்ளவில்லை. பெண்களுக்கு வயது கணிப்பதில் எனக்கு அத்தனைப் பழக்க மில்லை. மேலும் முதலாளியின் மனைவி என்று சற்றுப் பணிவாக, தூரத்தில் நடந்துவந்தேன். அவள் கையில் இருந்த ஆடம்பரப் பெட்டியை நான் தூக்கிக் கொள்வதற்குக் கேட்டேன். 'இதெல்லாம் ஆம்பிளைங்க தூக்கக் கூடாது' என்று சிரித்தாள். அப்படிச் சொன்னது எனக்குப் பிடிக்கவில்லை. உள்ளுக்குள் சின்னதாக ஒரு கோபம் பொங்கி அடங்கியது. அவள் பின்னால் நடந்து சென்றபோது நடையில் ஒரு மிடுக்கு இருந்தது. இருக்கத் தான் வேண்டும். இன்றைய தேதிக்கு என்.பி. நிறுவனத்தின் மொத்த வருடாந்திர வருமானம் நூற்றி நாற்பது கோடி... அதில் எத்தனை ஷேர்கள் இவள் பேரில் இருக்கிறதோ?

'லக்கேஜ் இருக்கிறதா மேடம்?'

'ப்ளீஸ், என்னை மேடம்னு கூப்பிடாதீங்க. ரொம்ப வயசான மாதிரி இருக்கு.'

‘அதுக்கில்லை, ஒரு மரியாதைக்கு...’

‘கால் மி மிஸஸ் புருஷோத்தம் இஃப் யூ விஷ்! இல்லைன்னா எம்பேரு மந்தாகினி.’

‘நல்ல பேரு.’

‘ஐ ஹேட் இட்... கார் கொண்டு வந்திருக்கிங்களா?’

‘ஓ. எஸ்.’

அவளிடமிருந்து பாகேஜ் சீட்டை வாங்கிக்கொண்டேன்.

‘பெரிய பச்சைப்பெட்டி, சக்கரம் வெச்சது’ என்றாள். கண்ணாடியை மாட்டிக்கொண்டு கையில் இருந்த இங்கிலீஷ் நாவலைப் பிரித்து வைத்துக்கொண்டாள். நின்றுகொண்டே படிப்பைத் தொடர்ந்தாள்.

‘நீங்க வந்து கார்ல உக்காந்துக்கங்க. நான் பெட்டியை எடுத்துக்கிட்டு வர்றேன்.’

அவளை காரில் உட்கார வைத்துவிட்டு பாகேஜ் க்ளெய்முக்கு வந்து அந்த பச்சைப் பெட்டியைப் பறித்துக்கொண்டேன். இரண்டு நாளைக்கு இவ்வளவு பெரிய பெட்டியா என்று தோன்றியது. ஆனால் கனமாக இல்லை. அதை டிக்கியில் வைத்துவிட்டு காரைக் கிளப்பிக்கொண்டு புறப்பட, ‘மதுரை ஆபீசில் கார் டிரைவர் கிடையாது?’

‘இல்லை மாடம். இது ஒரு கோடவுன் மட்டுமே.’

‘மறுபடியும் மாடம், பார்த்திங்களா?’

‘மன்னிச்சுக்கங்க மிஸஸ் புருஷோத்தம்.’

‘என்னப் பாத்ததும் கொஞ்சம் ஆச்சரியமா இருந்ததில்லையா உங்களுக்கு? கண்லயே தெரிந்தது.’

‘ஆமாம்’ என்றேன். ’ரொம்ப யங்கா இருக்கிங்க. அதான் ஆச்சரியம்.’

‘எனக்கு என்ன வயசு இருக்கும்னு நினைக்கிறிங்க?’

‘உங்களுக்கு 25, 26-க்கு மேல இருக்காது.’

‘இந்தாங்க ஸ்வீட்ஸ்’ என்று தன் கைப்பையிலிருந்து ஒரு ஏரோ ப்ளேன் சாக்லெட்டை எடுத்துக் கொடுத்தாள்!’

‘எதுக்குங்க.’

‘உங்க குழந்தைகளுக்குக் கொடுங்க.’

‘எனக்குக் கல்யாணமே ஆகலைங்க.’

‘அப்படியா, எம்.பி. சொன்னார், கல்யாணம் ஆகி ரெண்டு குழந்தைங்க இருக்கிறதா!’

‘அது டின்னவேலி டிப்போ மேனேஜருங்க. ராஜசேகரன்னு...’

‘உங்க பேர் ராதாகிருஷ்ணன் இல்லை... ஸாரி... அப்ப உங்க ளுக்குக் கல்யாணம் ஆகலை?’

‘இல்லைங்க.’

‘பண்ணிக்காதிங்க. எந்த ஓட்டல்ல போட்டிருக்கிங்க?’

‘அசோக், மதுரை. அப்புறம் உங்களுக்காக ஊர் சுத்தி காமிக்க ஏசி கார் அரேஞ்ஜ் பண்ணியிருக்கேன். முதல்ல கோயிலைப் பார்த்துர லாம். அப்றம் மஹால்...’

‘நான் கோயில் பார்க்க வரலை...’

‘பின்ன முதலாளி வந்து...’

‘என்.பி. சொல்றதையெல்லாம் நம்பாதிங்க. கோயிலுக்கு போக நான் வரலை. டிபிக்கல் மதுரை கிராமம் எப்படி இருக்கும்னு பார்க்கணும். அப்றம் காலார மதுரை கடைத் தெருவில் நடக்கணும். பரமக்குடி, சிவகங்கை, திருக்கோஷ்டியூர் எல்லாம் பார்க்கணும். அப்றம் கடற்கரையில் மரக்குடின்னு ஒரு வில்லேஜ் இருக்கு. அங்க போகணும்.’

‘சரி’ என்றேன். எனக்கு இந்தப் பெண்ணைப்பற்றி சற்று ஆர்வம் ஏற்பட கண்ணாடி வழியாகப் பார்த்தேன். அவளும் அதே சமயம் என்னைப் பார்த்து, ‘என்ன பாக்கிறிங்க?’ என்றாள்.

‘இல்லை, ஒண்ணுமில்லை.’ அவள் கீழுதடுகள் ஈரமாக இருந்தன.

‘நான் கேக்கறதெல்லாம் உங்களுக்குக் கொஞ்சம் விநோதமா இருக்கு இல்லையா?’

'அப்படியெல்லாம் இல்லைங்க.'

'பொய் சொல்லாதிங்க.'

'முதலாளி மதுரை ஊர் சுற்றிக் காட்டும்படியாத்தான் மெசேஜ் கொடுத்திருந்தார்...'

'முதலாளிக்கு நான் எங்க போறேன்னு விசாரிக்க எங்க நேரம்? அவர் பாட்டுக்கு டிராவல் ஏஜெண்ட்கிட்ட டிக்கெட் வாங்கிக் கொடுத்துட்டு ப்ளேன் ஏற்றி அனுப்பிச்சுட்டாரு.'

மேலே தொடர்ந்து கேட்க விருப்பமில்லை எனக்கு. முதலாளி என் அன்ன தாதா என்பதால்.

'47 வயசுக்காரரைக் கல்யாணம் பண்ணிக்கிட்ட பெண்ணிடம் கொஞ்சம் விநோதங்களை எதிர்பார்க்கலாம் இல்லையா ராதா கிருஷ்ணன்?'

எனக்கு மற்றொரு சந்தேகம் வந்தது. ஒருவேளை இது எதாவது அரைக்கிராக்கோ? இருந்தும் ரொம்பப் பணக்காரர்கள் இந்த மாதிரி நடந்து கொள்வதும் போவதும் சகஜமாக இருக்கலாம். நான் இவர்களுக்கெல்லாம் அத்தனை அருகே பழகினவன் இல்லை.

'நீங்க எங்கெல்லாம் போகணுமோ அங்கெல்லாம் அழைச்சுக் கிட்டுப் போறதுக்கு ஏற்பாடு பண்றேன்.'

'ஏற்பாடு என்ன? நீங்களும் கூட வரிங்கன்னுதானே என்.பி. சொல்லிச்சு?'

'சரி.'

'கொஞ்சம் நிறுத்துறிங்களா, இளனி சாப்பிடலாம்.'

நல்ல வெயிலில், மர நிழலில், தலையைச் சிதைத்து மண்டையைத் திறந்து ஸ்ட்ரா செருகி அவள் சாப்பிடுவதை மரியாதையாகப் பார்த்துக்கொண்டிருந்தேன். கூலிங் கிளாஸை கூந்தல்மேல் ஏற்றி யிருந்தாள். ஸாரியின் மஞ்சள் அவள் நிறத்துக்குப் பொருத்தமாக இருந்தது. கன்னத்தில் வைத்திருந்த பொட்டு வேண்டுமென்றே என்று தோன்றியது. மஞ்சள் ஸாரிக்கு அதே கலர் ரவிக்கை. வியர்வையால் நனைந்து உள்ளே அணிந்திருந்த ப்ராவின் சுவடுகள்

தெரிந்தன. 'வெரி ஹாட்' என்றாள். 'ராதாகிருஷ்ணன், நீங்க சாப்பிடலை?'

'இல்லைங்க. சாப்பிடுங்க.'

'பார்த்துக்கிட்டே இருந்தா எனக்கு சாப்பிடப் பிடிக்காது. இளனில ஒரு ஸ்பாட் ரம் சேர்த்தா சூப்பரா இருக்கும், தெரியுமில்லை?'

'பழக்கமில்லைங்க.'

'எவ்வளவு நாளா எங்க கம்பெனில இருக்கிங்க?'

'இப்பதாங்க ரெண்டு வருஷம் ஆச்சு.'

'அதுக்கு முந்தி?'

தவிர்க்க முடியாத கேள்வி. எனக்கு ஆயாசமாக இருந்தது. பஞ்சு மிட்டாய், லாட்டரி என்று ஆரம்பித்து சர்க்கஸ் வரும், ஜெயில் வரும். எல்லாவற்றையும் உடைத்துப் போட்டுவிட விருப்பமாக, அவளுக்கும் எனக்கும் உள்ள சமூக வித்தியாசத்தை வலியுறுத்தும் வண்ணம், 'அதுக்கு முந்தி ஜெயில்ல இருந்தங்க' என்றேன்.

அவள் இளநீர் உறிஞ்சுவதை நிறுத்தாமல், அதிர்ச்சியே அடையாமல் 'இஸ் இட்? இன்ட்ரஸ்டிங்' என்றாள். காசு கொடுத்து விட்டு அந்த இளநீர் பெண்ணிடம், 'உம்பேர் என்ன?' என்றாள்.

'மாரியம்மா.'

'பாட்டுப் பாடுவியா? ரூபா தர்றேன்.'

அந்தப் பெண் சிரித்து சங்கோஜப்பட்டு, 'யெக்கோவ்' என்று குடிசைக்குள் ஓடியது.

திருமதியைக் கணிப்பது கஷ்டமாக இருந்தது. எதிர்பாராத விதமாக ஏதாவது செய்துவிடுவாளோ என்று அச்சமாக இருந்தது. கொஞ்சம் கண்காணிப்பாக, சாக்கிரதையாக இருக்க வேண்டும்.

அசோக் ஓட்டலில், எத்தனை நாள் இருக்கப்போகிறீர்கள் என்று ரிசப்ஷனில் கேட்டபோது, 'இரண்டுநாள், இரண்டு வருஷம்' என்று சிரித்தாள். 'மிஸ்டர் ராதாகிருஷ்ணன், கொஞ்சம் லவுஞ்ல வெய்ட் பண்ணிங்கன்னா, குளிச்சுட்டு டிரஸ் மாத்திக்கிட்டு ஓடி வந்துர்றேன்.'

அவளுக்காகக் காத்திருந்தபோது எனக்குச் சற்று அச்சமாக இருந்தது. முதலாளியின் மனைவி, இளம் மனைவி. எதாவது எக்கச் சக்கமாகச் செய்வதற்கு பிளான் பண்ணிக்கொண்டு வந்திருக் கிறாளா? கேட்டுவிடலாமா? சொல்லிவிடலாமா... முதலாளி சொன்னதற்கும் இவள் கேட்பதற்கும் வித்தியாசமாக இருக்கிறதே. பொறுப்புள்ள வேலைக்காரன் என்கிற ரீதியில் புருஷோத்தம் அவர்களிடம் கேட்டுவிடுவது நல்லது என்றே தோன்றியது. ரிசப் ஷனில் சென்று ஒரு போன் பண்ணிக்கொள்ள வேண்டும் என்று சொன்னேன்.

கேட்டுக்கொண்டிருந்தபோதே ரிசப்ஷனில் டெலிபோன் வந்து, 'மிஸ்டர் ராதாகிருஷ்ணன் யாரு?'

'நான்தான்' என்றேன்.

'கால் ஃப்ரம் மெட்ராஸ். மிஸ்டர் புருஷோத்தம் ஆன் தி லைன்.'

நான் அதை எடுத்து கைகள் நடுங்க 'எஸ் சார்' என்றேன்.

'ராதாகிருஷ்ணன், வந்து சேந்தாங்களா?'- முதலாளியின் அழுத்த மான குரல்.

'வந்து சேர்ந்தாங்க. ரூம்ல இருக்காங்க, கனெக்ஷன் குடுக்கச் சொல்லட்டுங்களா?'

'இல்லை, உங்கிட்டதான் பேசணும். அவங்களை மதுரை சுத்தி காண்பி...'

'சார். அவங்களுக்கு அதில இன்ட்ரஸ்ட் இல்லைன்னு தோணுது. எங்க எங்கயோ பசும்பொன்ல பற்பல எடங்களுக்கு போகறணுங் கறாங்க. சிவகங்கை, பரமக்குடின்னு...'

'எதுக்காம்?'

'அது சொல்லலைங்க.'

'சியர்ஃபுல்லாதானே இருக்காங்க?'

'ஆமாங்க.'

'என்னைப்பத்தி ஏதாவது சொன்னாங்களா?'

'இல்லைங்க.'

'ராதாகிருஷ்ணன், யூஸ் யுவர் ஜட்ஜ்மெண்ட். அவளைத் தனியா மட்டும் விட்டுராதே, என்ன? அவ ஒரு மாதிரி. எப்போதும் கண் காணிக்கணும். ஓட்டல்ல வேணும்னா பக்கத்தில ரூம் எடுத்துக் கிட்டு இரு. அவங்கள்ட்ட சொல்லிவெச்சிரு. ஒரு மாதிரி மூடி டைப்பு. என்ன?'

'தெரியுதுங்க. அதுக்குத்தான் நானே உங்ககிட்ட போன் பண்ண லாம்னு இருந்தேன். அதுக்குள்ள நீங்களே வந்துட்டிங்க!'

'ஏதாவதுன்னா... ஒண்ணும் ஆகாது, இருந்தாலும் இந்த நம்பர் குறிச்சு வெச்சுக்க. டைரக்ட்டா எனக்குக் கிடைச்சுரும். பொறுப்பா இரு, என்ன?'

'சரிங்க.'

நம்பரைக் குறித்துக்கொண்டு போனை வைத்தபோது, ஒரு மாதிரியா மூடி டைப்பு என்றால் என்ன அர்த்தம்? எதற்காக என்னிடம் தனியாக அனுப்பவேண்டும்? ஒருவேளை பிடிவாதம் பிடித்து தவிர்க்க முடியாமல் போயிருக்குமோ? இவளிடம் போய் நான் ஜெயிலில் இருந்ததைச் சொல்லிவைத்துவிட்டேனே...

'போலாமா' என்று கேட்டு, திடுக்கிட்டுத் திரும்பினால் அவள் நின்றுகொண்டிருந்தாள். தொளதொளவென்று கை மடக்கப் பட்ட பல்பொடி, வெளிர் நீல கலர் பட்டைகள் போட்ட சட்டை யும், நீல பாண்ட்டும் அணிந்துகொண்டு தலை மயிரை அழுந்த வாரி பின்னே அனுப்பி சின்னதாக முடிச்சு போட்டுக்கொண்டு மேக்கப்பே இல்லாமல் வந்தாள். சற்றுமுன் அறைக்குள் சென்றவள் இவளேதானா என்று சற்று வியப்பாக இருந்தது.

'என்ன பார்க்கிறீங்க! பட்டை உரியற உங்க மதுரை வெயிலுக்கு இந்த சொக்காதான் ரைட்டு! என்.பி.கிட்ட சொல்லிர மாட் டிங்களே.'

'சேச்சே.'

அவளுக்காக ஏற்பாடு செய்திருந்த டூரிஸ்ட் காரின் கதவைத் திறந்து வெள்ளுடை டிரைவர் காத்திருக்க, அவள் உட்கார்ந்ததும் நான் முன் சீட்டில் உட்காரப் போனவனை,

'பின்னாலயே உக்காரலாம் ராதாகிருஷ்ணன்.'

'இல்லைங்க. வேண்டாங்க.'

‘அவர்தாங்க முதலாளி. நான் ஒரு ஃப்ரெண்டு மாதிரிதான். வாங்க. மேலும் என்.பி. போன்ல சொல்லியிருப்பாரே, அவளை தனியா ஒரு நிமிஷம் விடாதன்னு!’

நான் வாயடைத்துப்போய் நிற்க, ‘பேசமாட்டிங்கறிங்க. அப்படி சொல்லியிருக்கார்னு நிச்சயம். என்.பி.யை எனக்குத் தெரியாதா? பயப்படாதிங்க. நான் இங்க என்ஜாய் பண்ண வந்திருக்கேன். அதுக்காக ஏதும் அபத்தமா செய்துரமாட்டேன். வாங்க ராதா கிருஷ்ணன், என்னோடயே உக்காருங்க. உங்களை நான் கற்பழிச்சுர மாட்டேன்.’

அவள் அருகில் ஓரத்தில் உட்கார்ந்தேன். ஏர்கண்டிசனுக்காக சன்னல்கள் ஏற்றியிருக்க, மதுரையின் அகலமான புறத்தெருக் களைப் புறக்கணித்துவிட்டு உள்ளே வைகைப் பாலத்தைக் கடந்து ஏறக்குறைய வெண்மையான வானத்தில், பெயிண்ட் அடிக்கப் பட்ட கோபுரங்கள் மவுனமாகக் காத்திருந்தன. ‘கோவிலுக்குப் போவோமா.’

‘முதல்ல எங்கயாவது சாப்பிடலாம். பசி குலையைப் பிடுங்குது.’

முன்னாலயே சொல்லியிருந்தா ஓட்டல்லேயே சாப்பிட்டிருக் கலாம் என்று சொல்லத் தோன்றியது. கோவிலுக்கருகில் இறங்கிக்கொண்டு கடைத்தெருக்களைச் சுற்றிலும் நடக்க ஆரம்பித்தோம். திருநெல்வேலி அல்வாவும் எவர்சில்வர் பாத்திரங்களும் சில்க் சாரிகளும் பூசை சமாசாரங்களும் மலர் மாலைகளும் சினிமா காஸட்டுகளும் செயற்கை நகைகளும் என்று எந்தக் கடை எப்போது வரும் என்று சொல்ல முடியாத ஒரு பித்துப் பிடித்த கடைத்தெருவில், பழைய சத்திரம் இன்றைய ஓட்டலாக மாற்றப்பட்டு வாசற்புறம் மேசை போன்று ஐஸ் பெட்டி வைத்து தொட்டி நிறைய ரோஸ்மில்க் விற்கும் மீனாட்சி கபேயில் அகாலமாக இட்லியும் வடையும் காப்பியும் சாப்பிட் டோம். டிரைவருக்கு ரூபாய் கொடுத்து அனுப்பிவிட்டு கடைத் தெருவில் நடந்தோம். முதலில் ஒரு கைத்துண்டு வாங்கிக் கொண்டு அதைத் தலைமேல் போட்டுக்கொண்டாள். மிலிட்டரி பச்சையில் ஒரு பெரிய பை வாங்கிக்கொண்டு மரத்தில் பொம்மைகள் நிறைய வாங்கினாள். எதைக் கண்டாலும் குதூகலித்தாள். கருகமணி மாலைகள் வாங்கிக்கொண்டு கழுத்தில் உடனே அணிந்துகொண்டாள். பட்டுப்புடைவை, நிச நகை எதையும் ஏறிட்டுப் பார்க்கவில்லை.

மெல்ல மெல்ல அவள் சுபாவத்தில் ஒருவிதமான தொடர்ச்சி தெரிந்தது. நிறைய செல்வத்தில் புரள்வதால் கை வேலைப் பாடுகள் நிறைந்த வஸ்துக்களில் ஒரு ஈடுபாடு இருப்பதைக் கண்டேன். மேலும் ஒருவிதமான கலையுணர்ச்சி இருப்பதாகவும் பட்டது. மீனாட்சி கோயிலைவிட கூடலழகர்கோயில் அழகாக இருக்கிறது என்றாள். மகாலின் வெளவால்களைப்பற்றித்தான் கவலைப்பட்டாள். கால் வலிக்கும்வரை அலுப்பு தெரியாமல் சுற்ற அவளுக்கு உற்சாகம் இருந்தது.

'உங்க வீடு எங்க இருக்கு ராதாகிருஷ்ணன்?'

'வீடில்லை, ரூம்.'

'ரூம்தான். எங்க இருக்கு?'

'இங்க பக்கத்திலதான்.'

'வாங்க, அங்க போகலாம். எனக்கு அவசரமா பாத்ரூம் போகணும்...'

எனக்குச் சங்கடமாக இருந்தது. ரூம் இருக்கிற நிலையில் கட்டி லிலும் சுவற்று ஆணிகளிலும் கைலிகளும் உள்ளுடைகளும் தொங்க... முதலாளியின் மனைவியை அங்கே அழைத்துப் போவதா?

'நேரா ஓட்டல் போயிரலாமே, அதிக நேரம் ஆகாது.'

'அய்யோ வாங்களேன், சொன்னதைக் கேளுங்க' என்றாள்

வாசலெல்லாம் பக்கெட்டாகத் தொங்கும் பாத்திரக்கடையைக் கடந்து பின்பக்கம் சென்று குறுகலான மாடிப்படிகளில் ஏறி மேலே கதவைத் திறந்ததும், இணைக்கப்பட்ட பாத்ரூமை நோக்கி விரைந்தாள். நான் கிடைத்த அவகாசத்தில் அறையைச் சுத்தம் செய்தேன். புத்தகங்களையும் செய்தித்தாள்களையும் அடுக்கி வைத்துவிட்டு பையனை விளித்து பானைத் தண்ணீரைக் கொட்டிவிட்டு புதுசாகக் கொண்டுவரச் சொல்லிவிட்டு இரண்டு கிளாஸ் மோர் ஆர்டர் செய்தேன்.

'அப்பாடா! ரொம்ப நேரமா அடக்கிவெச்சிட்டிருந்தனா, வயிறு வெடிச்சுடும்போல இருந்தது.' சுற்றும்முற்றும் பார்த்தாள். 'இந்த இடத்துக்கு என்ன வாடகை?'

'நூத்து எழுபத்தஞ்சு.'

'என்.பி. உங்களுக்குச் சம்பளம் போட்டுக் கொடுக்கற தில்லையா?'

'இது போதுங்க எனக்கு. கோடவுனுக்குப் பக்கத்தில இருக்குது. சாப்பிடக்கொள்ள நல்ல வசதி.'

'இது என்ன வில்லு?' என்றாள் சுவற்றில் மாட்டியிருந்த வில்லைப் பார்த்து.

'அது வந்து பழைய ஞாபகத்துக்குங்க!'

'வில்லா?'

'ஆமாங்க. நான் ஒரு சர்க்கஸ்ல இருந்தேன்னு சொன்னேன் இல்லை!'

'நம்ம கம்பெனில சேர்றதுக்கு முன்னாடியா?'

தயக்கத்துக்குப் பின், 'ஆமாங்க. இடையில ரெண்டு வருஷம் சும்மா இருந்தேங்க. அதுக்கெல்லாம் முன்னாடி.'

'சர்க்கஸ்ல வில்லடிச்சிங்களா?'

'ஆமாங்க...'

'இண்டரஸ்டிங். எப்படி அது?'

'அது வந்துங்க... எதுத்தாப்பல சுமார் முப்பதடி தூரத்தில ஒரு பொண்ணு நிற்கும். அவ தலைல ஒரு ஆப்பிள். அதை அம்படிச்சு நீக்கிருவேன்.'

'அட! எங்கே எனக்குப் பண்ணுங்க பார்க்கலாம்' என்று தன் பையிலிருந்த ஒரு ஆரஞ்சுப் பழத்தை எடுத்துத் தன் தலைமேல் அதை வைத்துக்கொண்டு, 'அடியுங்க பார்க்கலாம்' என்றாள்.

'பழக்கம் இல்லங்க. ரொம்ப நாளாச்சு. மேலும் கடைசி முறையா அடிச்சபோது குறி தவறிடுச்சு. அதான் ஜெயில்.'

'இஸ் இட்? அப்ப வேண்டாம்!' என்று தலைமேல் வைத்த பழத்தை எடுத்துவிட்டு அவசரமாகச் சிரித்தாள். 'குறி தவறி டுச்சுன்னா, யாராவது கண்ல கிண்ல பட்டுருச்சா?'

‘மார்பில்.’

‘ஆணா பெண்ணா?’

‘பெண்.’

‘செத்துப்போயிட்டாளா?’

‘இல்லை. குழந்தையும் குட்டியுமா கேரளத்தில இருக்கா... சந்தர்ப்பம் வர்றப்ப விவரமாச் சொல்றேங்க. இப்ப நீங்க பார்க்க வேண்டியது ரொம்ப இருக்குது...’

அறைக்கு வெளியே செல்லும்போது, ‘மொப்பெட் உங்களுதா?’ என்றாள்.

‘ஆமாங்க.’

‘ரெண்டு பேர் தாங்குமா?’

‘சோதிச்சதில்லை. முக்கும்னு தோணுது.’

‘முக்கட்டும் பரவாயில்லை, வாங்க’ என்று என் லூனாவை விசிறி விடுவித்து அதை பெடலைச் சுழற்றித் தொடங்கி வைத்து, ‘வாங்க ஏறிக்கங்க.’

‘என்னங்க... மதுரைல இந்த மாதிரி காட்சியெல்லாம் கிடை யாதுங்க.’

‘எந்த மாதிரிக் காட்சி?’

‘ஒரு பொம்பளை ஆம்பளையை லூனாவில் அழைச்சுட்டுப் போறது.’

‘எதுக்கும் ஒரு ஆரம்பம் வேணும். வாங்க. எத்தனையோ ஹிப்பிங்க வராங்க. நாமும் மதுரைக்கு ஒரு சின்ன ஆச்சரியத்தை கொடுப்போமே.’

அவள் முன்னே நான் பின்னே என்று மதுரையின் குழப்பமான போக்குவரத்தின் ஊடே சென்றபோது ப்ளாஸ்டிக் பக்கெட் போன்ற பச்சை, சிகப்பு பட்டகங்களைக் காட்டிக்கொண்டிருந்த கான்ஸ்டபிள்கள் வியப்பில் விசில் ஊதுவதை மறந்தார்கள். அங்கங்கே சைக்கிள்காரர்கள் திரும்பிப்பார்த்து கூடைக்காரர்கள் மேல் மோதினார்கள். அவள் அத்தனை போக்குவரத்தின் மத்தி

யிலும் கணிசமான வேகத்தில் திறமையாகச் செலுத்தினாள். நான் தான் அவ்வப்போது பாலன்ஸுக்காகக் காலைத் தொங்கவிட்டுப் பிரித்துக்கொள்ள வேண்டியிருந்தது. வைகைப் பாலத்தைக் கடந்து நகரைவிட்டு வெளியே வந்துவிட்டோம். ரோடில் நெல் உலர்த்தி யிருந்த ஒரு கோயிலருகில் நிறுத்தி செருப்பைக் கழற்றி வைத்து விட்டு கோயிலுக்குள் நுழைந்து அதன் முள் பாதையில் நொண்டிக் கொண்டே நடந்து 'லவ்லி, லவ்லி' என்றாள். 'இந்தக் கோயில் நூறு வருஷமாவது பழசாக இருக்கவேண்டும். காரைச் சிற்பங்களைப் பாருங்கள். மருந்துக்குக்கூட கான்கிரீட் இல்லாமல்! இது என்னங்க, ஐயனார் கோயிலுங்களா?'

'இல்லைங்க. கங்காளம்மன் கோயிலுங்க. தை மாசம் படை யலுங்க. திருவிளாங்க.'

தரையளவில் ஒரு முனிவர் அதிகப்படியாக எண்ணெய் அணிவிக்கப்பட்டு கொஞ்சம் பழசாகவே இருந்தார். 'இது என்ன முனிவர்?' என்றாள். 'அகஸ்தியரா?'

அகஸ்திய முனிவரின் முன்னால் குனிந்து 'ஹலோ' என்று சொல்லி விட்டு பக்கத்திலிருந்த காட்டுப்பூவைப் பறித்து அவர்மேல் போட்டுவிட்டு வெளியே வந்து இன்னொரு இளநீர் சாப்பிட்டாள். மொப்பெட்டை மறுபடி கிளப்பிவிட்டு மீண்டும் மதுரை வந்து சேர்ந்தபோது லேசாக இருட்டத் தொடங்க அவள் என்னை அசோக் ஓட்டல்வரை வரச்சொன்னாள். லவுஞ்சில் இருக்கும்படிச் சொல்லி விட்டு கொஞ்சநேரத்தில் கையில் ஒரு பையுடன் வந்தாள். அதில் அவசரமாகத் திணிக்கப்பட்ட ஆடைகள் பிதுங்கித் தெரிந்தன.

'எங்கே உங்க டூரிஸ்ட் கார்?' என்றாள்.

'இதோ வெளிய காத்திருக்கான்.'

'வாங்க போகலாம்.'

'எங்க?'

'மரக்குடி, இங்கருந்து நூறு கிலோ மீட்டர் இருக்காது?'

'மரக்குடியா, எந்தப்பக்கம் அது?'

'சரியாப் போச்சு, நீங்க என்ன கைடு! உங்க ஜில்லாவே உங்களுக்குத் தெரியலை. மரக்குடிங்கறது மண்டபத்துக்கு வடக்கே கடற்கரை ஓரத்தில அழகான கிராமம்.'

‘அங்க என்னங்க?’

‘வாங்களேன் காட்டறேன்.’

‘ராத்திரி தங்கறது?’

‘சரியாப் போச்சு. திட்டம் பண்ணாம போகலாம், வாங்க ராதா கிருஷ்ணன். தங்கறதெல்லாம் அங்க போய் பார்த்துக்கலாம். ஐ டோண்ட் வாண்ட் டு மிஸ் தட் ப்ளேஸ். அங்க கடற்கரையில ஒரு கூத்து நடக்குது. அதைப் பார்த்து முடிக்கிறதுக்கே ராத்திரி மூணு மணி ஆயிரும். அதுக்கப்புறம் மணல்லயே படுத்துரலாம், வாங்க.’

எனக்கு ஆச்சரியமாக இருந்தது. இந்தப் பெண்ணைச் சமாளிப்பது போகப்போக சிரமமாக இருக்கப்போகிறது. இருந்தும் முதலாளி சொன்னபடி இவளைத் தனியாக விடாமல் தொடர வேண்டியது என் கடமை என்று உணர்ந்துகொண்டு, ‘கொஞ்சம் இருங்க, ரூமுக்கு போயிட்டு வந்துர்றேன்.’

‘வில் அம்பு எடுத்துக்கிட்டுவரவா?’

‘இல்லைங்க, டார்ச் லைட்டு, மப்ளர்!’

நான் சொன்னதுபோலவே ‘டார்ச் லைட்டு, மப்ளர்’ என்று பரி காசம் பண்ணிக்காட்டி, ‘கம் ஆன் ராட்! ஒரு நாளைக்காவது எதிர் பாராத விதமா வாழலாம். வாங்க. பார்க்கப்போனா மரக்குடிக்கு பஸ்ல போகணும்!’

‘இல்லைங்க! கார்லயே போயிரலாம்’ என்றேன் அவசரமாக. இப்போது பஸ் விசாரித்து, பஸ் ஸ்டாண்டுக்குப்போய்... ரொம்பத் தொல்லை! காரில் ஏறும்போது, அவள் சட்டை மட்டும் அணிந்திருக்கிறாள், உள்ளே ஏதும் இல்லை என்று தெரிந்தது.

கார் புறப்பட காதில் ஒரு வாக்மனை அணிந்துகொண்டு கண்ணைப் பாதி மூடிக்கொண்டு கேட்டுக்கொண்டிருந்தாள்.

‘உங்களுக்கு ‘ஸிம்ப்ளி ரெட்’ புடிக்குமா?’

‘அப்டின்னா?’

‘ஸிம்ப்ளி ரெட் பாப் க்ரூப்?’

‘அப்டின்னா.’

‘உங்களுக்கு பாப் சங்கீதம் பிடிக்காது? தெரியாது?’

‘தெரியாதுங்க. எனக்குத் தெரிஞ்சதெல்லாம்…’

‘வில்வித்தை. சொல்லிட்டிங்களே. அதுகூட காமிக்க மாட்டிங்க. நான் ஊருக்குப் போறதுக்கு முன்னாடி காட்டினா சரி. இல்லை வில்லை பிடுங்கிக்கிட்டுப் போறேன். நான் பழகப்போறேன். ‘டொய்ங்க்! கம் டு மை எண்டு!’ என்று காதில் பொதிந்த பாட்டுக்கு ஏற்ப உடன் பாடினாள்.

‘ஐவர் ராசாக்கள் கதை தெரியுமா?’ எட்போனைக் கழற்றி வைத்தாள்.

‘அப்படின்னா?’

‘அதான் நாம் பார்க்கப் போறோம்.’

ஏதோ ஒரு விதத்தில் லேசாக ஆவேசம் வந்தவள்போல கையைச் சொடுக்கிக்கொண்டு தலையை இந்தப்பக்கமும் அந்தப்பக்கமும் ஆட்டும்போது காலால் தாளம் போட்டாள். ‘டிரைவர், மரக்குடி தெரியுங்களா?’

‘விசாரிச்சுக்கிட்டு போயிரலாங்க.’

‘சிவகங்கையில டிபன் சாப்பிட்டுக்கலாமா?’

‘முதல்ல டிபன், சாப்பாடு! ராதா, சாப்பாட்டைத் தவிர உலகத்தில் ரொம்ப விஷயம் இருக்குது. கடற்கரை, களியாட்டம், ரித்தம், ரத்தம், முகர்வது, சுவைப்பது, தீண்டுவது, கேட்பது, காண்பது, திகைப்பது, ஆராய்வது, கணிப்பது, தீர்மானஞ்செய்வது, கனாக் காண்பது, கற்பனை புரிவது, தேடுவது, சுழல்வது…ன்னு பாரதி சொன்னாப்பலே எத்தனை விஷயம் இருக்குது…’

நான் அவளை வினோதமாகப் பார்த்தேன். எதோமாதிரி கேஸ் என்றுதான் தோன்றியது. சற்று பயமாகக்கூட இருந்தது. அவள் சொற்களில் தொடர்ச்சி இல்லை. என்னதான், எதைப்பற்றித்தான் பேசுவாள் என்று எதிர்பார்க்க முடியவில்லை. மறுபடி எட் போனை மாட்டிக்கொண்டு கை சொடுக்க ஆரம்பித்தாள்.

மரக்குடிக்குப் போனபோது நன்றாகவே இருட்டியிருந்தது. பௌர்ணமியாதலால் சாலையில் வெள்ளி வேய்ந்திருந்தது.

போவோர் வருவோர் எல்லாம் நீல நிழல்களாகத் தெரிந்தார்கள். டிரைவர் 'எங்க போகணுங்க?' என்றான்.

'நேர' என்றாள். சாலை கடற்கரையில்தான் நேராகச் சென்று முடியும்போல இருந்தது. கடற்கரை வெள்ளி மணற்துகளும், சரிகை தடவின கடல் அசைவும் செங்குத்தாக, வட்டமாகத் தொங்கின சந்திரனும் எனக்கே ஈர்ப்பாக இருந்தன.

'ப்யூட்டிஃபுல். அங்க பாருங்க' என்றாள்.

கடற்காற்றில் தீவட்டிகள் துடிக்க டொமுக்கு டொமுக்கு என்று மத்தள ஒலி கேட்டது. காரின் எட்லைட் வெளிச்சத்தை நோக்கி ஒரு ஆசாமி கையைக் காலை ஆட்டிக்கொண்டு எம்பிக்கொண்டு நொண்டிக்கொண்டு ஓடிவர, இவள் கார் சன்னலைத் திறந்து 'நந்து! நந்து' என்று இரைந்தாள். அருகே வந்த தாடி வைத்திருந்த இளைஞன் நிச்சயம் கஞ்சா அடிப்பான்போல, 'கினி கினி! யூ மேடிட், யூ மேடிட்!' என்று காட்டுக் கத்தலாகக் கத்தி காருடன் ஓடிவந்து அவள் கையைப் பிடித்துக் குலுக்கினான். 'டேய் டிரைவர் காரை நிறுத்துடா. கினி, இது யார் சேவகன்? கினி, ஸ்டாப் இட், கினி, வந்தியே கினி! உடனே உன்னை வெச்சு ஒரு போயம் எழுதலாம்.'

'டோன்ட் பி ஸ்டுப்பிட். முதல்ல நான் கூத்துக்குப் போகணும்.'

'எல்லாம் உனக்காகத்தான் வெயிட் பண்ணிட்டிருக்கோம்.'

மணல் விளிம்பில் காரை நிறுத்தி நாங்கள் இறங்கிக்கொள்ள, 'நந்து! இது ராதாகிருஷ்ணன். எங்க அஸ்பண்டு ஃபர்ம்ல மதுரை கோடவுன்ல ஒர்க் பண்றார்.'

'ஃபக் ராதாகிருஷ்ணன், ஃபக் யுவர் அஸ்பண்ட்! கினி, திஸ் இஸ் ப்யூர் ஃபோக் தியேட்டர்! இட்ஸ் ஸிம்ப்ளி, ஸிம்ப்ளி டிவைன் இன் திஸ் மூன்லைட்.'

நாங்கள் மணலில் கஷ்டப்பட்டு நடக்க, சாக்குத் திரை அமைத்து பந்த வெளிச்சத்தில் அரிதாரம் பூசிக்கொண்டு பல பேர் வெற்றிலை பாக்கு போட்டுக்கொண்டிருக்க பெண் வேஷக்காரன் பீடி பிடித்துக் கொண்டிருக்க, தப்பட்டையெல்லாம் சூடாக்கிக் கொண்டிருந் தார்கள்.

படுதா கட்டியங்காரன் படுதாவைத் தன் முன்னால் தாழ்த்திப் பிடித்துக்கொண்டு, 'தொடங்கலாங்களா? வந்தாச்சுங்களா?'

'ஒக்கே! தொடங்குங்க...'

'செந்தினில் வந்துதவு கந்தா...'

திடீர் என்று தாள வாத்தியங்கள் பாட்டுடன் வெடித்தன.

எனக்கு அந்த அமைப்பே நம்பத் தகாததாக, கனவுபோல இருந்தது. தீப்பந்த வெளிச்சத்தில் அரிதாரம் பூசிய ராசாக்கள், இதயம் போல் துடிக்கும் வாத்தியங்கள். எதிரே மணலில்தான் அந்த நந்தகுமார், மற்றும் பத்துப் பதினைந்து பேர். தூரத்தில் வெள்ளி போட்டுப் புரட்டும் கடல். மேலோ... சுத்தமாக வட்ட மாகத் தொங்கும் முழு நிலா.

'மகுல மேனி அழகிய சொக்கநாதர்.
புதுமையுடன் நீதி வளர் புகழ் மதுரை தன்னிலே.'

நந்தகுமார் படுத்துக்கொண்டு புகை பிடித்து அவள் கையில் கொடுத்தான். அவள் அதை ஒருமுறை இழுத்து என்னிடம் காட்டி 'கஞ்சா அடிப்பிங்களா' என்றாள்.

'இல்லைங்க, பழக்கமில்லைங்க.'

'நந்து! இந்தாளு வில் வீரன்' என்றாள்.

'ஷ்ஷ்ஷ்... ஜஸ்ட் லிஸ்ஸன்.'

'மங்கிலியம் புனைந்ததன்பின் மடக்கொடியும் மன்னவனும் சங்கிலித் தொடர்போலத் தடக்கை கொடு பிடித்து...'

என் கையை அவள் கை பற்றியதை உணர்ந்து திடுக்கிட்டேன். அவள், 'என் கை ரொம்ப சூடா இல்லை?'- என்றாள்.

நான், 'இல்லைங்க மிஸஸ் புருஷோத்தம், சாதாரணமாகத்தான் இருக்கு.'

'ஐ ஃபீல் வார்ம். வெரி வார்ம்' என்றாள். பக்கத்தில் நந்தகுமாரன் ஏறக்குறையப் படுத்துக்கொண்டு என்னமோ மாதிரி விக் விக் என்று பல்லிபோல சொல்லிக்கொண்டே இருந்தான். கூத்துக் காரர்கள் கொடுத்த காசுக்கு தோல் ஆயுதங்களை அடித்து உடைத்துக் கொண்டிருக்க, மந்தாகினி எழுந்தாள். 'கெட் மை பேக்' என்றாள். நான் அவள் பையை எடுத்துக்கொண்டு அவ ளுடன் புறப்பட, அவள் ஓட்டத்துக்கு ஈடு கொடுக்க முடிய

வில்லை. 'கூத்து ராத்திரி மூணு மணிவரை போகும். அதுக்குள்ள உடல் உஷ்ணத்தை எடுத்துரலாம், வாங்க ராதாகிருஷ்ணன்' என்று குதூகல ஆரவாரத்துடன் அவ்வப்போது கீச்சுக்குரலில் விசில்போலக் கூவிக்கொண்டு கடலை நோக்கி ஓடினாள். எனக்கு பயம் வந்துவிட்டது. தற்கொலைக்குத்தான் ஓடு கிறாளோ! என்ன ஒரு பைத்தியக்காரத்தனம்! 'தபாருங்க, தபாருங்க' என்று அவளைப் பிடித்தும் பிடிக்காமலும் விழுந்தும் எழுந்தும் ஓடினேன். கூத்தின் பாட்டும் லயமும் மெல்ல மெல்ல எங்களை விட்டு விலக, கடலின் லேசான ரகளை கேட்க கரையின் ஈரம் தெரிய அவர்கள் எல்லாம் விலகிச் செல்ல, நானும் அவளும் கடலும் நிலவும் மட்டும் தனியாக இருக்க, மந்தாகினி தன் உடைகளை ஒவ்வொன்றாகக் கழற்றி வழியிலே புறக்கணித்துக் கொண்டே அலைகளை நோக்கி ஓடினாள்.

'வெய்ட்! வெய்ட். நில்லுங்க. நில்லுங்க. இந்த கடற்கரையெல் லாம் ரொம்ப டேஞ்சர். ப்ளீஸ், நான் உங்களுக்குப் பொறுப்பு' என்று அவள் பின்னால் சற்றே தயங்கித்தான் ஓடினேன். அவள் உடல் வளைவுகளின்மேல் வெள்ளிக்கோடிட்டது போல அவள் மெலிய மார்பும் இடையும் தொடையும் நிலா வெளிச்சம் என்னும் ஒரே ஒரு உடை அணிந்து தெரிய, இயற்கைக்கு மிக மிக அருகாமையிலான கிறக்க வெளியில் நான் நின்றுபோய் அவளை தரிசிக்கத் தொடங்கிவிட்டேன். அருகே செல்வதை நிறுத்தி விட்டு அவளைப் பார்க்கத் தொடங்கிவிட்டேன். மந்தாகினி கடலில் நுழையவில்லை. அலைகளின் அருகே அருகே சென்று அவ்வப்போது காலால் தொட்டுவிட்டுப் பின்வாங்கிப் பின் வாங்கி 'கம் ராதா! வா' என்றாள்.

நான் அவளிடம் செல்ல அவள் ஈர மணலில் உட்கார்ந்தாள். என்னைக் கையைப் பிடித்து தன்பால் சரக்கென்று இழுத்தாள். நான் அவள் மேல் விழுந்தேன். கடற்கரையின் சரிவில் நாங்கள் உருண்டபோது கடல் அலைகள் அருகே அருகே வந்து இது என்ன விநோதம் என்று எட்டிப்பார்க்க, என் மூச்சுக்காற்றில் இனிப்பும் உப்பும் கலக்க என் கைகளில் மண்ணும் பெண்ணும் நிரட-

மெல்ல மெல்ல அவசரப்படாமல் அவள் என் உடைகளை நீக்கு வதில் எனக்கு உதவி செய்தாள். பக்கவாட்டிலிருந்து நிமிர்ந்து அவள்மேல் நான் முழு மூச்சாகப் படிந்தபோது ஒரு பெரிய அலை

வந்து எங்களுக்கு போர்வை போர்த்தியது. 'அவசரப்படாதே! மெல்ல! மெல்ல!' என்றாள்.

தூரத்தில் தகதக தகதக்க என்று கொம்பு ஆரவாரிக்க காற்றின் மன மாற்றத்தில் அங்கிருந்து ஒரு கொத்துப் பாட்டு தப்பித்து வந்து கேட்டது.

> 'கொந்துசேர் பூங்குழலே கொடியிடையே மடமயிலே
> உன்னையினி மறப்பதில்லை உன்னானை என்றுரைத்தார்.'

'உங்களை மறக்கவே மாட்டங்க. மறக்கவே முடியாதுங்க!'

'பிரிக்கவே முடியாது! உப்புத்தண்ணி போட்டு ஒட்டியாச்சு' என்று என்னை முழுவதும் அழுத்திக்கொண்டாள்.

கண்ணில் சூரிய ஊசிகள் குத்த என் தோளை யாரோ தொட, எழுந்தபோது கூந்தலில் சூரியனை ஒளித்து வைத்துக்கொண்டு மந்தாகினி சிரித்தாள், 'என்ன அப்படித் தூக்கம்!'

கடலோரத்தில் சிதறியிருந்த தன் உடைகளை மீட்டுக் கொண்டிருக்க வேண்டும். மார்பின் முன்னால் முடிச்சு போட்டிருந்தாள். பாண்ட் நனைந்திருந்தது. திரி திரியாக தலைமயிரை ஒவ்வொன்றாகப் பிரித்துக்கொண்டிருந்தாள்.

நான் விருட்டென்று எழுந்து, 'மன்னிச்சுக்குங்க, மன்னிச்சுக்குங்க.'

'எதுக்கு?'

'என்னை அறியாம... எனக்கே தெரியாம...'

'ராத்திரி எதுவுமே நடக்கவில்லை. எல்லாம் கனா. கிளம்புங்க. எனக்குத் தண்ணியில குளிக்கணும்.'

டிரைவரை கிராமத்தில் போய் நாஷ்தா எடுத்துவர அனுப்பியிருந்தோம். கூத்துக்காரர்கள் பந்தலைப் பிரிக்காமல் இங்கும் அங்கும் படுத்திருந்தார்கள். நந்தகுமார் என்பவனைக் காணவில்லை. தோரணங்கள் காற்றில் ஆடிக்கொண்டிருக்க கொட்டுவாத்தியங்கள் காற்றில் ஒன்றோடு ஒன்று மோதிக்கொண்டு புதிய லயங்கள் எழுப்பின. நான் மந்தாகினியின் பின்னால் நடக்க, 'கூட நடந்து வாங்க. நீங்க ஏதும் குற்றம் செய்யவே இல்லை... ஒரு ஆண், ஒரு பெண், ஒரு கடல், இவ்வளவுதான் அப்ப சத்தியம். நான் அந்த

அனுபவத்தை விரும்பியே நாடினேன். இதுக்காக நீங்க ஏதும் கில்ட்டியா உணரவேண்டாம். தபாருங்க ராதா, இப்பவோ, இன்னைக்கோ, நாளைக்கோ நான் என் உலகத்துக்கும் என் கவலைங்களுக்கும் திரும்பிப் போயிருவேன். நீங்க உங்க கோடவுனுக்குப் போயிருவிங்க. அவ்வளவுதான். இனிமே நாம சந்திக்காமகூடப் போயிரலாம். என் ஞாபகங்கள் மறைஞ்சு, நீங்க கல்யாணம் பண்ணிக்கிட்டு பிள்ளை குட்டி பெத்துக்கிட்டு முற்றிலும் புதிய வாழ்க்கை தொடங்கிரலாம்.'

'நேற்றிக்கு நடந்ததை மறக்க, மறக்கவே முடியாது.'

'எதுவுமே நடக்கலை ராதா. எல்லாம் பிரமை. கனா.'

'கையெல்லாம் உப்புக் கரிக்கிறது கனவா?' என்றேன்.

அவள் மவுனமாக நடந்துவர டிரைவர் ஒரு கூஜாவில் தேனீர் கொண்டு வந்தான். 'கிராமத்தில் இதான் கிடைச்சுதுங்க.'

தேனீரை மூவரும் ஊற்றிக் குடித்தபின் அவள் காரில் மவுனமாக ஏறிக்கொண்டாள். நான் முன்னே உட்கார்ந்ததை அவள் தடுக்கவில்லை. அதுவே எனக்கு ஏமாற்றமாக இருந்தது. ராத்திரி அவ்வளவு கிட்டத்தில் அருகில் வந்தபின் பொதுவாக என்னிடமிருந்து விலகிச்செல்லப்போகிறாள் என்பதை என்னால் உணர முடிந்தது. அது வருத்தமாகவே இருந்தது. மவுனமாக மதுரை திரும்பினோம். அவள் பேச்சே இல்லாமல் ஏதோ ஒரு பாதகத்துக்காக, துரோகத்துக்காக வருத்தப்படுகிறாளா என்று திரும்ப அவளை முகத்தோடு முகம் பார்க்க முடியவில்லை. அவளைச் சந்திப்பதே சங்கடமாக இருந்தது. அவள் உடம்பின் வெவ்வேறு சாத்தியக்கூறுகள் என்மேல் உப்பாகவும் ஈரமாகவும் உதட்டில் காயமாகவும் மூக்கருகே புதிய வாசனையாகவும்... பெண் மணம், பெண் மணம்!

திரும்ப ஓட்டலுக்கு வந்தபோது, 'ஏன் ராதா, ஏதோ கொலைக் குற்றம் பண்ணின மாதிரி இருக்கிங்க! நீங்க எதுமே தப்பு செய்யலை!'

'இல்லைங்க. முதலாளிக்கு, முதலாளிக்கு துரோகம் செய்துட்டேன்!'

'அது முதலாளிக்குத் தெரிஞ்சாத்தானே! மேலும் நானும் நீங்களும் இனிமே மீட் பண்ணவே போறதில்லை. நான் இதைப் பற்றி எதுவும் சொல்லவே போறதில்லை. அந்த சமுத்திரமோ,

சந்திரனோ காட்டிக்கொடுக்கப் போறதில்லை. நீங்களும் இதைப் பத்தி யார்கிட்டயும் சொல்லாம இருப்பிங்கன்னு நம்பறேன்!'

'நிச்சயம்ங்க.'

'பின்ன என்ன பயம்? சந்திச்சோம், பிரிஞ்சோம். அவ்வளவுதான். ஒரு நாள், ஒரே ஒரு நாள் நாம நம்ம அன்றாட வேஷங்களைக் கழற்றிவைத்துட்டு இயற்கையா இருந்தோம்னு வெச்சுக்கலாம். என்ன?' என்று என் கன்னத்தில் லேசாக தன் உள்ளங்கையை வைத்துவிட்டு, 'என் ரிட்டர்ன் ஃப்ளைட் கன்ஃபர்ம் பண்ணிருங்க. ரிட்டர்ன் ஓப்பனா இருக்குது' என்று ஏர்லைன்ஸ் டிக்கட்டை என்னிடம் தந்தாள். அவ்வளவுதான் அனுபவம் என்பது போல... நானும் நீயும் எஜமானி வேலைக்காரன் என்கிற பாத்திரங்களுக்குத் திரும்பித்தான் ஆகவேண்டும் என்பது போல... எதுவுமே முதல்நாள் நிகழவே இல்லைபோல...

'ஃப்ளைட்டுக்குப் போறதுக்கு கார் அனுப்பிச்சுருங்க. நீங்க விமான நிலையத்துக்கு வரணும்னு அவசியமே இல்லை.'

'இல்லைங்க. வர்றங்க.'

'வேண்டாம் ராதா. நான் சில ஃப்ரெண்ட்ஸை பார்த்துட்டு லஞ்ச் பண்ணிட்டு நேரா போயிருவேன். என்னோடு இனிமே அலைய வேண்டாம் நீங்க.'

'நான் உங்களுக்கு, உங்களை, எப்படி... போங்க! உங்களை விட்டுர எனக்குப் பிரியமே இல்லை. உங்ககூட மெட்ராஸ் வரைக்கும் வரேனே.'

'டோண்ட் பி ஸில்லி.'

'நீங்க போகாதீங்க. நாளைக்குப் போங்க. இல்லை போகவே வேண்டாம்!'

'அதெல்லாம் நடக்காது. நான் போயே ஆகணும். நான்தான் சொன்னேனே, 'அனுபவம் முற்றும்.' அவ்வளவுதான். வெட்டிருங்க!'

'அதெப்படிங்க! அதெப்படிங்க!'

'அப்படித்தான், அப்படித்தான் ராதா! தாங்க்ஸ் ஃபர் எ லவ்லி டைம்.'

'எங்கிட்ட... நோ! ப்ளீஸ்.'

'தபாருங்க பிடிவாதம் பிடிக்காதிங்க.'

'இன்னொரு முறை, இன்னொரு முறை...'

'இதெல்லாம் இரண்டாவது முறையே கிடையாது. நம்ம சமூக மட்டங்கள்ள ரொம்ப வித்தியாசம். எதோ, பை சான்ஸ், நேற்றைக்கு இயல்பா அது நடந்துருச்சு. தயவுசெய்து அதை இனிமே இழுக்காதிங்க. ரெண்டுபேர் வாழ்க்கையும் சிக்கலாயிரும். ப்ளீஸ்!'

'அது எப்படிங்க அப்படி விட்டுர முடியும்.'

'விட்டுத்தான் ஆகணும்.'

'உங்களை எப்ப மறுபடிச் சந்திக்கிறது?'

'நோ, முடியாது. இனிமே சந்திக்க முடியாது, கூடாது... ஏன் அழறிங்க... த பாருங்க ராதா, வாட்ஸ் திஸ்... என்ன நீங்க சின்னக் குழந்தையா?'

நான் மேலும் அழுகையை அடக்க முடியாமல் வராந்தாவில் வந்து நிற்க மந்தாகினி என்னைத் தொடர்ந்து வந்து 'எதுக்காக இது?' என்றாள்.

'நான் உங்களை ரொம்பத் துன்புறுத்திட்டேன். இத்தனை மென்மையான உடலை அப்படிப்போட்டு அத்தனை மூர்க்கமா, பலமா...'

அவள் லேசாகச் சிரித்தாலும், 'பரவாயில்லை' என்றாள்.

'நீங்க ஒரு புஷ்பம் போல, உங்களைப் போயி...'

'த பாருங்க ராதா, அந்த விவரம் எல்லாம் வேண்டாம். எனக்கு நல்லாவே ஞாபகம் இருக்கு. அதில் பலாத்காரம் இருந்தாலும், வலி இருந்தாலும், விரும்பித்தான் எல்லாம் நிகழ்ந்தது. அழாதிங்க. கண்ணைத் துடைச்சுக்கங்க.'

'என் நினைவா எதாவது வேண்டாமா உங்களுக்கு?'

'வேண்டாம். மறக்க முடியாம நிறையவே நடந்துருச்சு. வெய்ட் எ மினிட். உங்களைப் பார்த்தா ஞாபகத்துக்கு ஒரே ஒரு பொருள், விஷயம்... உங்கள நினைச்சா வில், உங்க வில்லு ஞாபகம் வரும். உங்களுக்கு ஆட்சேபணை இல்லைன்னா உங்க வில்லை எனக்குக் கொடுங்க. மெட்ராஸ் போனப்புறம் என் ரூம்ல

அலங்காரமா மாட்டிர்றேன். ஒரு வில், ஒரு அம்பு! நேற்றைக்கு அந்த வில் மாதிரிதான் நான் உணர்ந்தேன்' என்றாள்.

நான் மொபெட்டை எடுத்துக்கொண்டு வேக வேகமாக என் அறைக்குச் சென்று ஆணியில் மாட்டியிருந்த வில்லையும் ஒன்றிரண்டு அம்புகளையும் எடுத்து செய்தித்தாளில் சுற்றி கன்னா பின்னா என்று பாக் செய்து அவசரமாகவே திரும்பி அவள்பால் சென்றேன். அவள் அதற்குள் குளித்துவிட்டு தலையை உலர்த்திக் கொண்டு ஒளிரும் சிவப்பில் உடை உடுத்திக்கொண்டு பெரிய புத்தகம் படித்துக்கொண்டிருந்தாள். இந்த உடம்பை வரிவரியாக நேற்றுத் தொட்டுப் பார்த்திருக்கிறேன் என்பது இப்போது கூட அவநம்பிக்கையாக இருந்தது. எல்லாம் கனவுதான். இதோ எழுந் திருக்கப்போகிறேன் என்றுகூட அனேகமுறை தோன்றியது. நான் தந்த வில்லை எடுத்து ஆராய்ந்து அம்பைத் தொட்டுப்பார்த் தாள். 'இப்பகூட ஷார்ப்பாகத்தான் இருக்கு! இது மட்டும் போதும். வெல் குட்பை ராதா! குட்லக்!' என்றாள்.

'நான் உங்களை ஒரே ஒரு முறை தொட்டுப்பார்க்கலாமா!'

'நோ, தொட்டதெல்லாம் நேத்தியோட சரியாப்போச்சு. தி ஷோ இஸ் ஓவர்.'

'ப்ளீஸ்!'

'தபாருங்க, ஆம்பிளை கெஞ்சாதிங்க. உங்களைப்பத்தி என் அபிப்ராயத்தைக் கெடுக்காதிங்க! போங்க. நான் உங்க எஜமானர் கிட்ட சொல்லி, வேலை சுத்தம், நல்லா உழைக்கிறார். அதிகப் படியாச் சம்பளம் போட்டுக்கொடுக்கும்படி சிபாரிசு செய்யறேன்.'

'அதெல்லாம் வேண்டாங்க. உங்க விரல் நுனியைத் தொட்டா மட்டும் போதுங்க.'

'எல்லாமே விரல் நுனிலதான் ஆரம்பிக்கிறது, அப்புறம் ப்ளேன் லேட்டாயிரும். போய்ட்டு வாங்க.'

நான் பார்த்துக்கொண்டே இருக்க என் முகத்தின்மேல் கதவை மூடிவிட்டாள். என் வயிற்றில் பரிச்சயமான அந்தப் பொறாமை உணர்ச்சி மறுபடி தோன்றியது. இதை முன்னே கிரிஜா விவகாரத் தில் சந்தித்திருக்கிறேன். கொஞ்ச நேரம் அவள் அறை முன்னால் நின்றேன். கிறுக்குப் பிடித்ததுபோல இருந்தது. ஒரே மோதாகத்

தோளால் மோதித் திறந்து வெடித்து உள்ளே போய் அவளை வீழ்த்திவிடலாமா என்று ஒரு அலை அடித்தது. நிச்சயம் போலீஸைக் கூப்பிட்டுவிடுவாள். வேறு என்ன செய்ய? எனக்குக் கொஞ்சம் கொஞ்சமாக அந்த ஜுரம் அதிகமாகிக் கொண்டிருக்க அரை மணி அந்தக் கதவை வெறித்துப் பார்த்து நின்றுகொண்டிருந்தேன். அங்கிருந்து கீழே இறங்கி வந்தபோது ரிசப்ஷனில் கோடவுனிலிருந்து போன் வந்திருப்பதாகச் சொன்னார்கள். என் அசிஸ்டண்ட் ராஜு, புருஷோத்தம் கூப்பிட்டிருந்ததாகவும், மறுபடி பதினோரு மணிக்கு கோடவுனுக்கு கால் போடப்போவதாகவும் சொன்னான். நான் ஏரோப்ளேன் சமயத்தைப் பார்த்துக்கொண்டு உள்ளே கோடவுனுக்குச் சென்று காத்திருக்க, பதினோரு மணிக்கு கால் வந்தது. 'என்னய்யா, இன்னும் எத்தனை நாள் இருக்கப் போறாங்களாம்?'

'இன்னைக்கு சாயங்காலம் ப்ளேன்ல பொறப்பட்டு வர்றதாச் சொன்னாங்க. டிக்கெட் கூட கன்ஃபர்ம் பண்ணி இப்பதாங்க போயிக்கிட்டு இருக்காங்க.'

'ஏதும் விபரீதமில்லையே? நார்மலாத்தானே இருந்தா?'

'ஆமாங்க.'

'ஒன்றும் கோபம், கண்ணீர் ஏதும் இல்லையே?'

'எல்லாம் சந்தோஷம்தாங்க.'

'தாங்க்ஸ். ஃப்ளைட்டுக்கு கார் அனுப்பறேன்னு சொல்லிரு. ஸ்டாண்டர்டை அனுப்பறேன்னு சொல்லு.'

'சரிங்க.'

ஓட்டலுக்கு மறுபடி போனபோது, 'ஷி செக்ட் அவுட் ஜஸ்ட் நௌ' என்றாள் ரிசப்ஷன் பெண்.

'அதாவது, அதாவது...'

'காலி பண்ணிப்போயிட்டாங்க.'

'எங்க போறேன்னு சொன்னாங்களா?'

'நீங்க ராதாகிருஷ்ணனா?'

'ஆமாங்க.'

'உங்க போன் வந்தா டிக்கெட்டை ரிசப்ஷன்ல கொடுத்துட்டு போகச்சொன்னாங்க.'

'வந்து கலெக்ட் பண்ணிக்கிறாங்களாமா?'

'இல்லை. ஆள் அனுப்பிச்சு கலெக்ட் பண்றதாச் சொன்னாங்க.'

'சரி தாங்க்ஸ்.'

எனக்கு அந்த வைராக்கியம் அதிகமாயிற்று. எப்படியும் ஏர் போர்ட்டில் விமானம் ஏறுவதற்குள் அவளை ஒருமுறை சந்தித்து விட்டு ஒரு முறை கைகுலுக்கியாவது ஆகவேண்டும். இல்லை, பார்த்தால்கூடப் போதும். என்மேல் அவள் புன்னகை பட்டால் போதும் என்று ஏர்லைன்சுக்குச் சென்று அவள் டிக்கெட்டை கன்ஃபர்ம் செய்துவிட்டு, அங்கிருந்து அசோகா ஓட்டல் வந்து காத்திருந்தேன். டூரிஸ்ட் காரின் டிரைவர் வந்து லெட்டர் கொடுத்தான். அதில், 'ரிசப்ஷனிஸ்டுக்கு, என் டிக்கெட்டை இந்தக் கடிதம் கொண்டுவருபவரிடம் கொடுத்துவிடவும்' என்று எழுதியிருந்தது.

'எங்கய்யா அம்மா.'

'அவங்க நேரா ஏர்போர்ட்டு வர்றதாச் சொல்லிட்டு ஆட்டோல போயிட்டாங்க. என்னை டிக்கெட்டை வாங்கிக்கிட்டு வரும்படிச் சொன்னாங்க.'

'கூட யாரும் இருக்காங்களா?'

'கிராமத்தில சந்திச்சமே, பைக் வெச்சுக்கிட்டு தாடி வெச்சுகிட்டு நந்தகுமார்னு சிவந்த ஆளு, அவங்க கூடத்தான் தெப்பக்குளம் வரைக்கும் போயிருந்தோம். அங்க ஒரு வீட்டில நாலஞ்சுபேரு சேர்ந்துகிட்டு ஒருத்தர் புஸ்தகம் வாசிக்கிட்டு இருந்தாரு. அவங்க கவனமாக் கேட்டுக்கிட்டு இருந்தாங்க. அவ்வளவ்தாங்க. என்னை இங்க அனுப்பி டிக்கெட் எடுத்தாரச் சொல்லிட்டு ஏர்போர்ட் போறதாச் சொன்னாங்க.'

'வா, போய்ப் பார்க்கலாம்' என்றேன்.

'தனியா வரச்சொன்னாங்க.'

'அட வாய்யா, நான் பொறுப்பு' என்று டிக்கெட்டை ரிசப்ஷனிஸ்ட் இடமிருந்து பெற்றுக்கொண்டு புறப்பட்டேன்.

விமான நிலையத்தில் அவள் வரவில்லை. கண்ணாடி வழியாக எட்டிப்பார்த்ததில், பயணிகள் காத்திருக்கும் பகுதியில் அவள் தெரியவில்லை. 'ப்ளேன் வந்துருச்சிங்களா?'

'எந்த ப்ளேனு?'

'என்னய்யா, மதுரைக்கு எவ்வளவு ப்ளேன் வருது?'

'செக் பண்ணிட்டு போயிருப்பாங்களோ, போலீஸ்ல உள்ள விட்டா, போய்ப் பார்க்கலாம்.'

'டிக்கெட் இல்லாம எப்படிய்யா செக்-இன் பண்ண முடியும்? அறிவில்லாம பேசறியே!'

டிரைவர் சற்றே முகம் சிறுத்து, 'நான் காத்திருக்கங்க. நீங்க கொடுத்துட்டு வாங்க!'

விமான நிலையத்தின் போர்ட்டிகோவில் காத்திருந்தேன். விமானம் வந்து சேர்ந்த அறிவிப்பும் சொல்லிவிட்டார்கள். லாரி அருகில் போய் விமானத்துக்கு பெட்ரோல் புகட்டிக் கொண் டிருக்க, அத்தனை பயணிகளும் ஒவ்வொருவராக வர, அவளை மட்டும் இன்னும் காணவில்லை. நான் என்ன செய்வது என்று தெரியாமல் விழித்துக்கொண்டிருக்க, டிரைவர் ஓடிவந்து என்னிடம் 'வந்துட்டாங்க. கார் பார்க்கில் என்னைத் தேடிக்கிட்டு வந்துட்டாங்க' என்றான்.

'டிக்கெட் கேக்கறாங்க.'

'சரி, என்கூட வா...'

நான் அவன்பின் செல்ல, காரருகில் மென்றுகொண்டு நின்று கொண்டிருந்தாள்.

'எங்கய்யா டிக்கெட்?' என்று டிரைவரைப் பார்த்துக் கேட்டாள். தனியாகத்தான் இருந்தாள்.

'மந்தாகினி! நான் வந்திருக்கேன்.'

'டிக்கெட்!'

'இப்படிப் பேசாம போறது உங்களுக்கே நல்லாருக்கா?'

'நிறையவே பேசியாச்சு.'

'உங்களுக்கு வில்லு கொண்டுவந்திருக்கேன். அம்பு மட்டும் தானே எடுத்துக்கிட்டிங்க?'

அவள் என்னை நிமிர்ந்து பார்த்துச் சிரித்தாள். 'வில்லை வெச்சு கிட்டு என்ன பண்ணுவேன். ஏதோ விளையாட்டுக்குக் கேட்டா அப்படியே வேதவாக்கா எடுத்துகிறதா? சே...'

'கேட்டிங்களே மந்தாகினி.'

'லுக் மிஸ்டர், வட்ஸ் யுவர் நேம்! ராதா! ராதாகிருஷ்ணன்! நடந் தது எல்லாம் பொய்! நான் சொன்னதெல்லாம் பொய்! விரும்பிச் சொன்ன பொய்கள் பொய்கள்! லீவ் மி அலோன், வில் யூ!'

'அது எப்படிங்க, சமுத்திரக்கரையில நடந்ததும் பொய்யா!'

'ஆமாம், நிரந்தரமானது அல்லாதது எல்லாமே பொய்யின்னா சமுத்திரக்கரையில் நடந்ததும் பொய்தான். ஒன் நைட் ஸ்டாண் டுன்னு கேள்விப்பட்டிருக்கிங்களா? தெரியாது உங்களுக்கு... அதையெல்லாம் விவரிக்கிறது ரொம்பக் கஷ்டம். சொல்றேன் கேளுங்க. ஏதோ விதிவசத்தால நாம ரெண்டு பேரும் அருகருகே வந்துட்டோம். பிரிஞ்சோம். அவ்ளவ்தான். எனக்கு சமூகத்தில வேற வேஷம் இருக்குது. உனக்கு வேற. இனிமே நானும் நீயும் கிட்டக்க வரவே முடியாது. உனக்குத் தகுதி இல்லை. எனக்கு இஷ்டம் இல்லை. தாங்க்ஸ்!' என்று கையிலிருந்து டிக்கெட்டைப் பறித்துக்கொண்டு வேகமாகத் தன் பச்சைப் பெட்டியை உருட்டிக்கொண்டு ஓடினாள்.

'லாஸ்ட் அண்ட் ஃபைனல் கால் ஃபார் மிஸஸ் மந்தாகினி புருஷோத்தம்...'

நான் அவள் பின்னால் சென்று கையைப் பிடித்துப் பற்றி இழுத்து, 'மந்தாகினி! நான் இப்ப இந்தக் கணத்தில் உங்களைக் கல்யாணம் பண்ணிக்கிறேன்' என்றேன்.

அவள் சிரித்து என் கன்னத்தில் அறைந்தாள்.

தூரத்திலிருந்து விமான நிலையத்துக்குள் மறையும்போது திரும்பி கையசைத்துச் சிரித்து டாட்டா காட்டினாள்.

அந்தச் சிரிப்புக்காக உடனே ஓடிப்போய் ஏர்லைன்ஸ் சிப்பந்தி யிடம், 'த பாருங்க, ஃபிளைட்டில அவசரமா ஒரு டிக்கெட் வேணுங்க.'

'என்ன விளையாடறிங்களா!'

'எமர்ஜன்ஸிங்க. எங்க ஃபேமிலில் ஒரு டெத் ஆயிடுச்சு. நான் போய் ஆகணும்.'

'முதல்ல இடமில்லை. ப்ளைட் இஸ் ஃபுல். அப்படி இடம் இருந்தாலும் ஏணியை இழுத்தாச்சு. ஸாரி. வேற ஏதாவது மார்க்கமா போங்க.'

விமானம் புறப்பட்டுத் திரும்பி ரன்வேயில் ஊர்ந்து வேகம் பிடித்து மேலே சென்று நீல வானில் மறையும்வரை பார்த்துக் கொண்டிருந்தேன். நான் என் பையில் பத்திரப்படுத்தி வைத் திருந்த அன்றைய தின மணலை ஒரு முறை நிரடிப் பார்த்துக் கொண்டேன்.

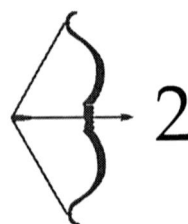

2

நீங்கள் என்னைப்பற்றி என்ன நினைக்கிறீர்கள் என்று தெரியாது! இது நடந்தது எல்லாம் சென்ற ஆகஸ்ட் 25-ம்தேதி. அன்றிலிருந்துதான் எனக்குப் பித்துப்பிடித்தது என்று சொல்லலாம். சில சமயம் என் செயல்பாடுகளையெல்லாம் பகுத்தறிவுப்படிக் கணிக்க முடியவே இல்லை. ஒரு நோட்டுப் புத்தகம் வாங்கிக் கொண்டு கருப்பு மசி பேனா வாங்கிக்கொண்டு சமயம் கிடைத்தபோதெல்லாம் 'மந்தாகினி, மந்தாகினி' என்று எழுதிக்கொண்டு வந்தேன். இன்றைய தேதி வரைக்கும் எண்ணாயிரத்து இருநூற்று அறுபது முறை எழுதி விட்டேன். அந்த மணற் துகள்களை ஒரு சிறிய பாட்டி லில் போட்டு வைத்துக்கொண்டு அலமாரியில் ஒரு மேல்தட்டை சுத்தம் செய்து நட்ட நடுவே வைத்து தினம் அதற்கு ஒரு புஷ்பம் வைக்கிறேன். எந்தக் காரியம் தொடங்கினாலும் மந்தாகினி என்று மனசுக்குள் சொல்லிக்கொண்டுதான் தொடர்கிறேன்.

சொக்கிக் குளத்துக்கருகில் ஒரு மகான், சிறப்பங்காடி அருகில் ஒரு பள்ளிக்கூடத்தில் அருளாசி வழங் குகிறார் என்று பேப்பரில் போட்டிருந்தது. ஆன்மிக பக்தர்களுக்கு பஸ் வசதி செய்துள்ளதாகவும் போட் டிருந்தது. அவருக்கு பழம் பாக்கு வெற்றிலையெல் லாம் எடுத்துக்கொண்டு சென்று, தனியாக தரிசிக்க வேண்டும் என்று சொன்னேன். 125 ரூபாய் ஆகும் என்றார்கள். மகானின் போட்டோ நன்றாக இருந்தது.

ரூபாய் கொடுத்து சீட்டு பெற்றுக்கொண்டு காத்திருந்தேன். ஃபியட் காரில் வந்தவர்கள் எல்லாம் தாராளமாக நடமாடிக்கொண்டு உள்ளே சென்று கொண்டிருந்தார்கள். பட்டுப் புடைவை மாமிகளும் போய் வந்த வண்ணம் இருக்க, என் முறை வர ராத்திரி எட்டரை ஆகிவிட்டது. நான் அவர் எதிரில் வணங்கி விட்டு மரியாதையாக முகத்தை வைத்துக்கொண்டு அவரிடம் நின்றேன். ஒரு காகிதத்தில் ஒரு புஷ்பத்தின் பெயரும் ஒரு நம்பரும் எழுதச் சொன்னார். எழுதினேன். அதை மடித்து வாங்கிக்கொண்டார். 'செம்பகப்பூதானே எழுதினே' என்று சிரித்தார். 'ஆமாங்க.'

'செம்பகப்பூன்னா காமம். மனசில காம எண்ணங்கள்ளாம் உண்டுன்னு தோணுது. சொல்லுங்க. உங்க ப்ராப்ளம் என்னன்னு சொல்லுங்க.'

நான் குழுமியிருந்த சிஷ்யர்களைப் பார்த்து, 'தனியாச் சொல்லணுங்க' என்றேன்.

'அவங்க இருந்தாலும் ஒண்ணுதான் இல்லாததும் ஒண்ணுதான். சொல்லுப்பா, இல்லை நானே சொல்லிரவா?'

மகான் என்னைப் பார்த்து வசீகரமாகச் சிரித்தார். நெற்றி பூரா விபூதிப்பட்டை அடித்து, அந்த நந்தகுமார் மாதிரியே இருந்தார். நந்தகுமாரேவோ என்று கூடத் தோன்றியது. கழுத்தில் ஸ்படிக மாலை, தங்கமாலை, கொட்டைப்பாக்கு மாலை என்று நிறைய அணிந்திருந்தார். 'தம்பி ராதாகிருஷ்ணா! நீ ஒரு பொம்பளையை நினைச்சிருக்கே. அவகூட சம்போகம் பண்ணியிருக்க. அதுபற்றி குற்ற உணர்ச்சி ஏற்படுது உனக்கு. அவ்வளவுதானே!'

'இல்லைங்க. அவங்களை மறக்க முடியலைங்க.'

'அவளுக்கு கல்யாணம் ஆயிருச்சா?'

'அதாங்க.'

'அதானே இப்ப உலகம் முழுவதும் பிரச்னை! ஆசையெனும் பெருங்காற்று இலவம் பஞ்செனவும் மனதலையும் காலம்னு சொன்னாப்பல அப்படியே உடம்பு கிடந்து பறக்குதா?'

'ஆமாங்க.'

'தபாரு, இதுக்கு ஒரே வழி இந்த தாத்தா சொல்றதை திருப்பிச் சொல்லு. நீ பெருந்தண்ணடிகள் பூண்டு, உரையற்ற ஒருவனாய்

எழுந்தருளி வந்து, அடியேன் தெளிவெய்யுமாறு ஒப்பிலா ஒரு மொழி அருளிச் செய்த நாள் முதல் நின் திருவடிப் பேரின்பத் தோற்றம் ஒரு சிறிது உண்டாயதல்லால்... தடை சிறிதுமில்லாத முழு நிறைவான பேரின்ப வெள்ளம்தானே பொங்கி வழிந்தில்லை?'

'ஆமாங்க' என்றேன் அசந்தர்ப்பமாக.

'எந்த நாள் உனக்கு அடிமையாகு நாளோ
எந்த நாளோ கதிவருநாள் எளியேன்றன்
சிந்தை நாளது வரைக்கும் மயங்கிற்றல்லால்
தெளிந்ததுண்டோ மௌனியாய்த் தெளிய ஓர் சொல்
தந்த நாள் முதல் இன்பக்கால் சற்றல்லால்
தடையறா ஆனந்த வெள்ளம்தானே பொங்கி
வந்த நாள் இல்லை மெத்த அலைந்தேன் உன்னை
மறவா இன்பத்தாலே வாழ்கின்றேனே.'

'இதைப்பாரு தம்பி, இதை எழுதிக் கொடுத்திருக்கேன். தினம் காலைல எழுந்ததும் பச்சைத் தண்ணில குளிச்சிட்டு கட்டாந் தரையில உக்காந்துகிட்டு ஒரு முறை சொல்லிரு. மூணு நாளில மனப்பாடமாயிரும். அப்புறம் எல்லா எண்ணங்களும் சீர்ப்படும். போ. 'பிறனில் விழையாமை'ன்னு வள்ளுவர் உனக்காகத்தான் குறள் எழுதி வெச்சிருக்கார்... ஏய் அப்பா, அந்த சிவகாசி சேட்டை வரச்சொல்லு.'

மகான் சொன்னபடியும் காலையில் எழுந்து செய்து பார்த்தேன். மனப்பாடம் ஆயிற்று. ஆனால் 'உன்னை மறவா இன்பத்தாலே ஆனந்த வெள்ளம் பொங்க' என்றதெல்லாமே மந்தாகினியைத் தான் ஞாபகப்படுத்தியதே தவிர பக்தி ஏதும் ஏற்படவில்லை.

ஒருமுறை டெப்போவிலிருந்து புருஷோத்தம் சாருக்கு அவசரமாக வீட்டில் போன் பண்ணிப் பார்க்க வேண்டியிருந்தது. ஆபீஸ் தகவல் சொன்னதும், 'அய்யா, அவங்க சவுக்கியங்களா' என்று கேட்டேன்.

'எவங்க?'

'அதாங்க உங்க மிஸஸ்?'

'ஓ, மந்தாவா! ஷி இஸ் ஓக்கே!'

'பேச முடியுங்களா' என்று கேட்கத்தான் விரும்பினேன். அதுக்குள் அவரே 'மந்தாஆ!' என்று கூப்பிட வெலவெலத்துப் போச்சு.

போனை உயிரோடு வைத்திருக்க, அந்தப்பக்கம் சாலை ஓசை களும்,யாரோ வருவதும் கேட்க, அவள் வரப்போகிறாள், வரப் போகிறாள் என்று சகலமும் விழித்திருந்து காத்திருக்க, 'ஸாரி ராதாகிருஷ்ணன்! அவங்க எங்கேயோ வெளியே போயிருக் காங்க. சமயம் வந்ததும் கூப்பிடச் சொல்றேன்.'

'இல்லைங்க. சும்மா சௌக்கியம் விசாரிக்கத்தான்!'

அப்புறம் அரசரடியைத்தாண்டி ஒரு அனாதாலயத்துக்குப் போய் மந்தாகினி என்று பேருள்ள பெண் குழந்தை இருந்தால் தத்து எடுத்துக்கறதாகச் சொன்னேன். 'முதல்ல பாச்சுலர்ங்களுக்குக் கொடுக்கமாட்டோம். மேலும் அந்தப் பேர்ல குழந்தை கிடையாது'ன்னு சொல்லிவிட்டு என்னை ஒரு மாதிரி பார்த்தாங்க. முப்பது நாள் தாடி வளர்த்தேன். காந்தி கிராமம் போய்ச் சுற்றினேன். ஒருமுறை மரக்குடிக்குப் போய் அந்தக் கடற்கரையில் கிளிஞ்சல் பொறுக்கினேன். அன்றைக்கு ராத்திரி கேட்ட அதே அலைகள் சப்தத்துக்காக பௌர்ணமி வரைக்கும் காத்திருந்தேன்.

எதுவும் சரியில்லை. நார்மலாவே இல்லை. என்னமோ பித்துப் பிடித்தவன் போலத்தான் வாழ்ந்தேன். அகாலத்துக்குச் சாப்பாடு. அகாலத்துக்குத் தூக்கம். எப்படியாவது ஏதாவது ஒரு கார ணத்தைக் கொண்டு அந்த மந்தாகினிக்காகச் சென்னைக்குப் போய் அவளைத் தூரத்திலிருந்தாவது ஒருமுறை பார்த்துவிடுவது என்று தீர்மானித்து ஜங்ஷன்வரை வந்துவிட்டு திரும்பிப் போயிருக்கிறேன். ஒரே ஒரு முறை போன் வந்தது.

வெள்ளிக்கிழமை, கோடவுன் ஸ்டாக்கெல்லாம் மார்ச்சுக்கு கிளியர் செய்தே ஆகவேண்டும். டூத்பேஸ்ட், சோப்பெல்லாம் ராப்பரை மாற்றிவிட்டதால் பழைய சரக்கு ஓடியே ஆகவேண்டும் என லாரி கம்பெனி பின்னால் துரத்தி அலைந்துகொண்டு இருக்கிறபோது டெலிபோன் அடித்தவிதமே கொஞ்சம் விநோதமாக இருந்ததாகப் பட்டது. அப்படி ஒரு பிரமை. எடுத்து, 'அவர் ஊர்ல இல்லை' என்று சொல்லறதுக்கு முன்னாடி அவ குரலை என்னால் அடையாளம் கண்டுபிடிக்க முடிந்தது. 'ராதாகிருஷ்ணன் இருக்காரா?'

'நாந்தாங்க ராதாகிருஷ்ணன்.'

'நான் மந்தாகினி பேசறேன். ராதா! ஆர் யூ அலோன்? கூட யாராவது இருக்காங்களா?'

'இல்லைங்க, சொல்லுங்க. நல்லாயிருக்கிங்களா?' என் உடம்பு எல்லாம் பதற்றம்.

'ராதா! உங்களைப்பத்தி இப்பத்தான் யோசிச்சுப் பார்த்தேன். ஏர் போர்ட்டில நான் பேசினது தப்பு. எல்லாமே தப்பு. நீங்க அதுக்காக என்னை மன்னிச்சுருங்க.'

நான் குரல் நடுங்க பாடம் ஒப்பிப்பதுபோலப் பேசினேன். 'என்னை என்ன வேணா நினைச்சுக்குங்க. நான் உங்கமேலே பித்துப்பிடிச்சு அலையறேன். பார்க்காத சாமியார் இல்லை, கேக்காத ஜோசியம் இல்லை. சோறில்லை. வேளாவேளைக்கு எதுவுமே இல்லை. இதுவரை உங்க பேரை பத்தாயிரம் தடவைக்குமேல எழுதிவெச்சிருக்கங்க. நோட்டுப் புஸ்தகத்தை வேணா அனுப்பறேன்.'

'ஓ ஹவ் ஸ்வீட்! ராதா! ஐ ஃபீல் வெரி கில்ட்டி, உங்களை வெச்சு ஒருவிதமா மனம் புண்படும்படியா விளையாட்டு காட்டிட்டனோன்னு கலங்குது.'

'அதெல்லாம் எனக்கு வேணாங்க. நான் உங்களை ஒருமுறை தூரத்திலருந்து பார்த்தாக்கூட.'

'தட்ஸ் இம்பாஸிபிள்.'

'தூரத்திலிருந்து பார்த்தாக்கூடப் போதும். அய்யோ எம் பைத்தியத்தை எப்படிச் சொல்லுவேங்க.'

'அனாவசியமா காம்ப்ளிகேஷன் வரும். வேண்டாம் ராதா.'

'பின் ஏன் எனக்கு போன் பண்ணிங்க?' என்று கேட்டுவிட்டேன்.

'ஏனோ! ஏன்னே எனக்குத் தெரியல்லை. ஒரு காரியம் செய்யக்கூடாதுன்னு மனசு சொன்னாலும் செய்யி செய்யின்னு மற்றொரு மனசு சொல்லிக்கிட்டே இருக்குது பாருங்க. அதனால்தான்.'

'நான் வந்து உங்களை பார்க்கலாங்களா?'

'கூடாது.'

'வரேன், வருவேன்!'

'நோ!'

'தபாருங்க என்னைப் பித்தனாக்கிட்டு நீங்க பாட்டுக்குப் போயிட்டிங்க. என்னால உங்களைப் பார்க்காம உயிர் வாழ முடியாது. நான் மூச்சுவிடறதே என்னிக்காவது ஒருநா உங்களைச் சந்திக்கலாம்கிற ஒரே ஒரு நம்பிக்கையிலதான்.'

'ராதாகிருஷ்ணன்! உங்களுக்கு அபாயத்தோட விளையாட ஆசையா?'

'ஆசைதான்!'

'நாளைக்கு மெட்ராஸ் வாங்க. வந்துட்டு யார்கிட்டயும் சொல்லாதிங்க. வந்த உடனே இந்த போன் நம்பர்ல காண்டாக்ட் பண்ணுங்க!'

'சரிங்க! சரிங்க!'

'சந்திக்கலாம்.'

'எங்க?'

'அதெல்லாம் அப்புறம்! கடற்கரையிலகூட இருக்கலாம். வில்லைக் கொண்டு வாங்க! அம்பு இருக்குது!'

'அலோ அலோ!'

தூரத்து விர்ர்ர்ர்தான் டெலிபோனில் கேட்டது. நம்பர்! நம்பர் சொல்லாமல் போய்விட்டாளே! மறுபடி புருஷோத்தம் நம்பருக்கு போன் பண்ணினால் ஆபீஸ் மூடியிருக்கிறது என்று சொன்னார்கள். வீட்டு நம்பரில் அடித்துக்கொண்டே இருந்தது.

எங்கிருந்து போன் பண்ணியிருந்தாலும் கால் வரும், மறுபடி போன் பண்ணுவாள் என்று எதிர்பார்த்துக்கொண்டே ராத்திரி ஒன்பது வரை போனையே பார்த்துக்கொண்டு காத்திருந்தேன். போன் வந்ததெல்லாம் பொய். எல்லாமே மாயை, அவளைச் சந்தித்தது, மரக்குடிக்குச் சென்றது, கடலலைகளில் அலைந்தது எல்லாமே ஒரு கனா என்பது போலத்தான் தோன்றிக் குழம்பி இருந்தேன். தெளிவு வந்ததும் ரூமுக்குப் போய் வில்லை எடுத்துக் கொண்டு ஸ்டேஷனுக்கு ஓடினேன். ரயில் எல்லாம் புறப்பட்டிருந்தது. பஸ் ஸ்டாண்டுக்கு ஓடினேன். சென்னைக்குச் செல்லும் பஸ்கள் எல்லாம் புறப்பட்டிருந்தன. லாரியைப் பிடித்துக்கொண்டு திருச்சி வந்து அங்கே நாலு பேர் டாக்சி பிடித்து, மற்றொரு லாரி, டாக்சி, டெம்போ என்று பல வகைகளில் பிரயாணம் செய்து எழும்பூர் ஸ்டேஷன் எதிரே சந்தில் சந்தேகாஸ்பதமான ஒரு ஓட்டல் வாயிலில்.

'என்னங்க வில் அது?' என்ற குரல்...

'அது வந்துங்க நான் இதுக்கு முன்னால... இல்லை...'

'சினிமாவிலயா...'

'ஆமாம்.'

நான் மாடி ஏறிப்போகும் போது என் முதுகுக்குப் பின்னால், 'அது என்னங்க வில் அம்பு... அந்தாளு வெச்சுக்கிட்டு இருந்தான்...'

'எதாவது சினிமாக்காரனா இருக்கும். யார் யாரோ வந்து போயிக் கிட்டு இருப்பாங்க. போன தபா தேவாங்க மார்ல தொத்திகிட்டு ஒரு இப்பி வரலை?'

ஓட்டலில் ஒரே ஒரு போன் இருந்தது. அதற்கு இருபது பேர்கள் போட்டி. சந்தர்ப்பம் கிடைத்தபோது எங்கேஜாகவே இருந்தது.

'நேராப்போனா போஸ்ட் ஆபீஸ்ல ஒரு பப்ளிக் கால் இருக்குது.'

இந்த முறை கனெக்ஷன் கிடைத்தது. 'அலோ நான் மிஸஸ் புருஷோத்தம்கூடப் பேசணும்.'

'யார் பேசறது?'

'அவங்க ரிலேடிவ்ஸ்னு சொல்லுங்க.'

'ஒன் மினிட்.'

டெலிபோனில் காத்திருக்க, என் பின்னால் டெலிபோனுக்காகக் காத்திருந்தவன், 'சார் சீக்கிரம் முடிச்சுர்றிங்களா, ஆஸ்பத்திரிக்கு போன் பண்ணணும்.'

'கொஞ்சம் இருங்க.'

சற்று நேரத்தில் ஒரு கட்டையான ஆண்பிள்ளைக் குரல், 'யார்யா ரிலேடிவ்?'

'நீங்க யார் பேசறது?'

'யாரையும் அந்தம்மா பார்க்க மாட்டாங்க.'

'ப்ளீஸ் கொஞ்சம் சொல்லுங்க. அர்ஜெண்டுன்னு.'

'பேர் சொல்லுங்க.'

'மரக்குடி ரிலேஷன்னு சொல்லுங்க. நந்தகுமார்னு சொல்லுங்க.'

'இருங்க.'

'சார், என்ன சார் எத்தனை நேரமாப் பேசுவிங்க. ஆஸ்பத்திரிக்கு போன் பண்ணணும்னு...'

மறுபடி, 'ஹலோ, அப்படி யாரும் அவங்களுக்கு ரிலேஷன் இல்லையாம்.'

'ப்ளீஸ், ஒரு நிமிஷம் அவங்களைக் கூப்பிட்டிங்கன்னா..'

'வாட்ஸ் தி மெஸேஜ். அதை சொல்லிருங்க சொல்றேன்.'

'அவங்களோட பேசணும்ங்க. அவ்வளவுதான்.'

'தட்ஸ் இம்பாஸிபிள்.'

போன் வைக்கப்பட, நான் மறுபடி டயல் செய்ய, 'சார், இது அநியாயம்...' பின்னால் காத்திருந்தவர் குரல் கேட்டது.

வெறுப்புடன் வெளியே வந்தேன். படுக்கைமேல் கிடந்த வில்லை வெறித்துப் பார்த்தேன். என்ன செய்வதென்றே புரிய வில்லை. பையன் வந்து கேட்டான். 'மந்தாகினின்னு பேர் இருந்தா கூட்டிவா.'

'நம்ம மந்தாகினிதானுங்களே? அவசியம் கூட்டியாரேங்க!'

அறைக்கு வெளியே லவுட் ஸ்பீக்கர் சங்கீதம் கேட்டது. காசு இறைத்துக்கொண்டு டமுக்கு டப்பா அடித்துக்கொண்டு ரோஜா ஜோடித்த பிணத்தைச் சுமந்துகொண்டு சென்றார்கள். எலக்ட்ரிக் ரயில் அவ்வப்போது ஏப்பம் விட்டது. பச்சை பஸ்கள் போய் வந்தவண்ணம் இருக்க, நான் இருட்டில் எத்தனை நேரம் உட்கார்ந் திருந்தேன்? ராத்திரி ஒன்பதரை மணிக்கு அறைக்கு வெளியே வளையல் சப்தம் கேட்டது.

'யாரு?'

'நான்தான் மந்தாகினிங்க.'

'மந்தாகினி!'

மெல்லக் கதவைத் திறந்தேன். ஹால் வெளிச்சத்தில் அன்றைக்கு கடற்கரையில் இருந்ததுபோல கூந்தலுக்குப் பின்னால் வெளிச் சத்துடன் நின்றுகொண்டிருந்தாள். 'என்ன, உள்ளே இருட்டா இருக்கு. லைட்டைப் போடுங்க.'

கதவைச் சார்த்திக்கொண்டு விளக்கைப் போட்டுவிட்டு அந்தப் பெண் என் பக்கத்தில் வந்து உட்கார்ந்துகொண்டாள்.

'மந்தாகினி! உம்பேரு மந்தாகினியா?'

'அப்படித்தான் பையன் சொல்லிச்சு.'

'பீச்சுக்குப் போகலாம் வரியா.'

'இல்லைங்க. அங்கல்லாம் போலீஸ் சாஸ்தி. இங்கயே முடிச்சுரலாம். இங்கதான் ஸேஃபா இருக்குது. முதலாளி ரொம்ப நல்லவர். திருப்பதிக்கெல்லாம் அழைச்சுக்கிட்டு போயிருக்காரு.'

'மந்தாகினி. நீ ஏன் என்னை இப்படிப்போய் அல்லாட வெக்கறே?'

'நானா? இல்லைங்களே! உக்கார்னா படுத்துருவனே.'

'மந்தாகினி, ஏன் என்னோட பேசவே மாட்டங்கற?'

'பேசிக்கிட்டுதானே இருக்கேன். இது என்னடாது! பூந்தமல்லி கேஸா?'

'மந்தாகினி வா! தலைமேல ஆப்பிள வெச்சுக்கோ, உன்னை வில்லால் அடிக்கிறேன் வா.'

'காசு கொடுத்தா எதை வேணா வெச்சுக்கறேன் வாத்தியாரே. எங்க வேணா அடி.'

அந்தப் பெண் அவசரத்தில் இருந்தாள். 'என்ன நீ? காசைக் கொடுத்துட்டு பாத்துக்கிணே இருக்க? சட்டு புட்டுனு தொடங்கிற வேண்டாமா? வீட்டில புள்ளையத் தனியா விட்டுட்டு வந்திருக்கேன்.'

'மந்தாகினி.'

'தபாருய்யா, எம்பேரு மந்தாகினி இல்லை. அந்தாளு வந்து சொன்னான், மந்தாகினின்னு சொன்னாத்தான் கிராக்கி ஒப்புத்துக்கும்னு. எம்பேரு சுலோச்சனா. நல்லால்லை?' கண்ணுக்குக்கீழ் நிழலை மறைக்க பவுடர் தீற்றப்பட்டு செக்கச் சிவந்த உதடுகளும் தாராளமான மையும் ஒலிக்கும் கண்ணாடி வளையல்களும் பேஸ்ட் நகைகளுமாக... அவள் தோற்றத்தில் ஆறாயிரம் வருஷம் தெரிந்தது.

'அம்மா, உங்களைக் கையெடுத்துக் கும்பிடறேன், நீங்க போயி ருங்க. எத்தனை ரேட்டு பேசினிங்களோ அதை வாங்கிட்டுப் போயிருங்க.'

'அப்ப! மந்தாகினி வந்தாத்தான் அய்யாவுக்கு விருப்பமாக்கும். யாருய்யா மந்தாகினி? சிந்தாதிரிப்பேட்டையில மோகினின்னு ஒரு பொண்ணு இருந்திச்சு. வளத்தியா, கொஞ்சம் கூன் போட்டுக் கிட்டு...'

'நீங்க போறிங்களா?' என்று வில்லை எடுத்தேன்.

'அய்யோ அடிச்சிராதய்யா, நான் போயிர்றேன். காசு கொடுக் கலைன்னா கூடப் பரவாயில்லை. தெலுங்குக்காரன்கிட்ட கொடுத்திருக்கியா... போன தபா இந்த மாதிரித்தான் அருண் ஓட்டல்ல சவுக்கு தூக்கினான் ஒருத்தன்.'

ராத்திரி முழுவதும் விழித்திருந்தேன். அதிகாலை தெளிவாக என்ன செய்வது என்று ஒரு தீர்மானம் வந்துவிட்டது. எழுந்து பல் தேய்த்துக் குளித்துவிட்டு நாஷ்டா அடித்துவிட்டு நேராக கமாண்டர் இன் சீஃப் ரோடில் இருக்கும் அலுவலகத்துக்குச் சென்றபோது மணி பத்தாகிவிட்டது. புருஷோத்தம் சரியாகப் பத்து மணிக்கெல்லாம் ஆபீஸ் வந்துவிடுவார். பத்தரை வரை ஃப்ரீயாக இருப்பார். அப்போதுதான் அவரை போனில் பிடிக்க முடியும். அதன்பின் மீட்டிங் அது இது என்று போய்விடுவார். அதனால் எனக்கு புருஷோத்தம் அவர்களைப் பார்த்தால்தான், பேசினால் தான், அவர் மனைவியைத் தூரத்திலிருந்தாவது தரிசிக்க முடியும், எதாவது காரணம் சொல்லிவிடலாம் என்று தோன்றிவிட்டது.

தூரத்திலிருந்து அவளைப் பார்த்துவிட்டாலே போதும், மற்றொரு நகரத்தில் மற்றொரு இடத்தில் அவள் நிசமாக இருக்கிறாள் என்கிற ஊர்ஜிதம் பெற்றாலே போதும், மெல்ல மரக்குடி சம்ப வங்கள் கனவாக பழங்கதையாகக் கரைந்து கொண்டிருப்பதால்...

ரிசப்ஷனில் இருந்த அழகான பெண்பிள்ளை, 'நீங்க யாருன்னு சொல்லணும்' என்றாள்.

'மதுரை டிப்போவிலிருந்து ராதாகிருஷ்ணன் வந்திருக்கேன்னு சொல்லுங்க.'

'ஆபீஸ் விஷயமா?'

'இல்லைங்க. பர்ஸனல்.'

'ஒரு நிமிஷம்' என்று இணைப்பு டெலிபோனில் மிருதுவாகப் பேசினாள். அதன்பின் என்னைப் பார்த்துச் செயற்கையாகச் சிரித்து, 'வரச் சொல்றார் போங்க' என்றாள்.

உள்ளே நவீன ஆபீஸ் அறை. பெரும்பாலும் கண்ணாடியில் பண்ணப்பட்டு சூரிய வெளிச்சத்தைப் பதப்படுத்தி இதமாக உள்ளே அனுப்பிக்கொண்டிருக்க, ஒரே ஒரு மேசைமுன் நான்கு நாற்காலிகள், அருகாமையில் ஒரு சோபா செட்டு, கான்ஃப்ரன்ஸ் மேசை. புருஷோத்தம் கண்ணாடிக்கு வெளியே சென்னையின் மவுன இயக்கத்தைப் பார்த்துக்கொண்டிருந்தார்.

'வாங்க ராதாகிருஷ்ணன்! என்ன இவ்வளவு தூரம்?'

'இல்லை சார். கோடவுன்ல சோப்பு ஸ்டாக் தீர்ந்து போச்சு. டிட்டர்ஜண்டுகளுக்கு இப்ப மதுரையில ரொம்ப டிமாண்டா. அதை மெயின் கோடவுன்ல பெர்சனலாச் சொல்லிரலாம்னு டூர் போட்டுக்கிட்டு வந்தேன். அப்படியே உங்களையும் பார்த்துட்டு போயிரலாம்னுட்டு...'

'அப்படியா! சந்தோஷம். வேலை ஆயிருச்சா?'

'இன்னும் இல்லைங்க. முதல்ல உங்களைப் பார்க்கத்தான் வந்தேன்.'

'குட். மந்தாகினி சொன்னா, ரொம்ப நல்லா கவனிச்சிக்கிட்டிங்களாம் அவளை! அப்புறம் அது என்ன, கடற்கரையில கூத்துப்பட்டறை நடந்ததாம். அங்ககூடப் போயிருந்திங்களாம். சந்தோஷமாத்தான் வந்தா. ஸீம்ஸ் டு பி ஹாப்பி! எல்லாம் சொன்னா.'

'அப்படிங்களா' என்றேன் தயக்கத்துடன். எல்லாம் சொல்லி இருக்கமாட்டாள்.

'இந்த ட்ரிப்பில் அவளுக்குக் கொஞ்சம் சரியாயிருக்கு. உங்களுக்கு தாங்க்ஸ் சொல்லணும்.'

'என்னங்க இதுக்கெல்லாம் போய் தாங்க்ஸா... அவங்களை நம்பகமா எங்கிட்ட அனுப்பிச்சதே எனக்கு ரொம்பப் பெரிய விஷயமா தோணுதுங்க. நீங்கள்ளாம் பெரிய மனுசங்க. என் போல...'

'நீங்க நம்பகமான ஆளுன்னு தெரியும் ராதாகிருஷ்ணன். இப்ப கொஞ்சம் அவங்களுக்கு மதுரைக்கு போயிட்டு வந்ததிலிருந்து

உடம்புகூடத் தேறியிருக்கு. பழைய கம்ப்ளெயிண்ட் அவ்வளவா இல்லை.'

'அவங்களுக்கு உடம்பு எதாவது சரியில்லைங்களா?' என்றேன் சற்று சந்தேகம் ஏற்பட்டு.

'உடம்பு இல்லைங்க. மனசு! உங்ககிட்ட நான் சொல்லலை?'

'இல்லைங்களே, சரியா இருக்காங்களா, சரியா இருக்காங் களான்னுதான் அடிக்கடி கேட்டுக்கிட்டு இருந்திங்க. கூடவே இருந்து கண்காணிக்கச் சொன்னிங்க.'

புருஷோத்தம் என்னை ஆழந்து பார்த்தார், 'நீங்ககூட மதுரையில் ரெண்டுநாள் பழக்கத்தில் எதாவது வினோதமா கவனிக்கலை?'

'பார்த்தேன். சடன்னா, இம்பல்ஸா எதாவது காரியம் செய்துரு வாங்க. அந்தக் குணம் இருக்கறதைப் பார்த்தேன்.

'என்ன செஞ்சாங்க?'

நான் சற்று யோசித்து, 'படக்குன்னு என் மோபெட்ல ஏறிக்கிட்டு என்னையும் பின்னால ஏறிக்கச் சொல்லிட்டு மதுரையையே கலக்கிட்டாங்க.'

அவர் லேசாகச் சிரித்து, 'செய்யக்கூடியவதான். இதாவது பரவா யில்லையே' என்று நிறுத்தினார். கொஞ்சம் தயக்கத்துக்குப் பின், 'ராதா! இப்பகூட... இப்பகூட...' மறுபடி வெளியே பார்த்து, 'ஐ'ம் நாட் ஷ்யூர், ப்ச் ஐ'ம் நாட் ஹண்ட்ரட் பர்ஸண்ட் ஷ்யூர்!'

நான் மவுனமாக, அவர் மேலும் பேசக் காத்திருக்க,

'மந்தாகினிக்கு தற்கொலை பண்ணிக்க ரொம்ப ஆசை. இது வரைக்கும் மூணு முறை முயற்சி பண்ணியாச்சு. மதுரைக்குப் போய் வந்தப்புறம்தான் கொஞ்சம் நின்னிருக்கு. அதுக்காக உங்களுக்கு தாங்க்ஸ் சொல்லணும்...'

'தற்கொலையா!'

'ஏதாவது ஷார்ப்பா ஒரு ஆயுதம் இருந்தாப் போதும்! கத்தி, பிளேடு இதெல்லாம் கிட்டவே வைக்க முடியாது. எனிதிங்! தன்னோட ரத்தத்தைப் பார்க்கணும்னு ரொம்ப ஆசை!'

'அய்யோ! என்னங்க இது, இவ்வளவு பெரிய விஷயத்தை இப்பத் தான் எங்கிட்டச் சொல்லுறிங்க... மதுரைக்கு எப்படி அவங் களைத் தனியா அனுப்பிச்சிங்க! பயங்கரங்க!'

'தனியாகத்தான் போகணும்னு பிடிவாதம் பிடிச்சா. தெருக்கூத்து, நாடகம் எல்லாம் அவளுக்குப் பிடிக்கும். ஆர்ட், இலக்கியம், பாட்டு, பழைய பாட்டு, புதிய பாட்டு எல்லாம். என்னைவிட ரொம்ப ரொம்ப அறிவுஜீவி. ஆனா இந்த ஒரே கெட்ட பழக்கம் தான்!'

'கெட்டபழக்கமா இது! கொடுமைங்க! அபாயகரமான பழக்கம்.'

'சரி, அபாயம்தான். ரிஸ்க்தான். மதுரைக்கு அவளைத் தனியா அனுப்பறதில் ரிஸ்க்தான். இருந்தாலும் நான் கூட வரக்கூடா துன்னு சொல்லிட்டா. உங்களை சிவகாசி போறப்பவே கவனிச் சேன். பொறுப்பாப் பார்த்துப்பிங்கன்னு தோணிச்சு. மேலும் அவ ளுக்கு இளைஞர்கள், உங்கமாதிரி டைப் புடிக்கும்னு தோணிச்சு. ப்ளேன் வரைக்கும் கொண்டுவிட்டுட்டா, நீங்க கூடவே இருந்து கண்காணிச்சுட்டா, சமாளிச்சுரலாம்னு அனுப்பிச்சுட்டேன். சமாளிச்சுட்டிங்க. இந்த ட்ரிப்பு அவளுக்கு ரொம்ப மன உற்சாகம் கொடுத்திருக்கு. கொஞ்சம் கொஞ்சமா சுபிட்சம் வந்துரும்தான் தோணுது. ராதாகிருஷ்ணன், உங்களுக்கு கல்யாணம் ஆயிடுச்சா?'

'இல்லைங்க. நான் சர்க்கஸ்ல ஒரு பெண்பிள்ளையை...'

'ஓ அந்த வில்லடிச்ச கேஸா? அதுக்கப்புறம் கல்யாணம் செய்துக் கலையா?'

'இல்லைங்க.'

'செய்துக்காதே, நாங்கள்ளாம் தப்பு பண்ணிட்டோம். எங்க தப்பிலேருந்து பாடம் கத்துக்க. கல்யாணம் பண்ணாததால ஒரு சில இழப்புகள்ளாம் இருக்கு. ஆனா அதில இருக்கிற லாபங்கள் இழப்புக்களைவிடப் பலமடங்கு அதிகம்.'

நான் மவுனமாக இருக்க, 'ராதாகிருஷ்ணன், ஊருக்குப் போறதுக் குள்ள மந்தாகினியை ஒரு முறை பார்த்துட்டுப்போ. ஒரு வேளை அடையாளம் கண்டுகொள்ளாம, நீங்க யாருன்னு கேட்டாலும் கேப்பா. அதை மதிக்காதே. சில வேளையில எதிர்பார்க்க முடியாதபடி நடந்துப்பா.'

'ஆமாங்க' என்றேன். கடற்கரை மணலை நினைத்தபடி, வெண்ணிற மணற்பரப்பில் அவள் முழு உடல் பளபளக்க மனத்தில் ஓடினாள். 'ம்... என்ன சொன்னிங்க?'

'நம்ம அடையார் வீட்டில இருப்பா. போய்ப் பார்க்கறியா.'

'சரிங்க.'

'அட்ரஸ் ஆபீஸ்ல வாங்கிக்க. கொஞ்சம் இரு.' தனிப்பட்ட டெலிபோனை எடுத்து ஒரு நம்பர் தொடரை ஒத்தினார். 'மந்தாகினி, புஷ் ஹியர். எப்படி இருக்கம்மா? இங்க ஒரு சர்ப்ரைஸ்! நீ மதுரைக்குப் போயிருந்த... ஞாபகம் இருக்கா?'

'எப்பவா?' 'எப்ப?' என்று என்னைச் சைகையாகக் கேட்டார்.

'ஆகஸ்ட்லயாம். என்னம்மா ஞாபகமில்லையா? இட்ஸ் ஆல் தி டிரக்ஸ் யூ ஆர் டேக்கிங். அது இருக்கட்டும். உனக்கு ராதா கிருஷ்ணனை ஞாபகம் இருக்கா?'

நான் காத்திருந்தேன். உள்ளம் படபடத்தது. அந்த முனை என்ன பதில் சொல்லப்போகிறது! தெரியாது என்று சொன்னாலும் நிசமா, பாசாங்கா என அறிவது கஷ்டம்.

'ராதாகிருஷ்ணன்! நம்ம மதுரை டிப்போ! நீ போயிருந்தபோது ஏர்போர்ட்டில வந்து உன்னை அழைச்சுகிட்டுப்போய் ஏதோ கிராமத்தில போய் கடற்கரையில கூத்தெல்லாம் பாத்திங்களாமே.'

'ஆ... இப்ப ஞாபகம் வந்ததா?' என்னை நோக்கி அவளுக்கு நினைவிருக்கிறது என்று சைகை காட்டினார். 'அவர் இப்ப என் முன்னால இருக்கார். டார்லிங், உன்னைப் பார்த்துட்டுப் போகும்படி அவர்கிட்ட சொன்னேன். நானும் வரவா? இப்ப கொஞ்சம் பிஸியா இருக்கு. எட்டு எட்டரை மணிக்கு வர்றேன். ப்ராமிஸ். அதுவரைக்கும் லைட்டா எதாவது பண்ணிகிட்டு இரு. பைத்தியக்காரப் புஸ்தகம் எல்லாம் படிக்காதே, என்ன?'

போனை வைத்துவிட்டு, 'காரை எடுத்துப் போறதா இருந்தா போங்க. இல்லை டாக்சி புடிச்சிப் போயிருங்க. உங்களைப் பார்க்கணும்னு பாஸிட்டிவ்வா சொன்னா. உங்களைப் பார்த்தா சந்தோசப்படுவான்னு தோணுது.'

எனக்கு இப்போது ரத்த அழுத்தம் உச்சகட்டத்துக்குத் தயாராக இருக்க,

'போய்ட்டு வாப்பா. ரொம்ப தாங்க்ஸ் ராதாகிருஷ்ணன்' என்று எஜமானர் என் கையைப் பிடித்து அழுத்தினார்.

அங்கிருந்து அடையாறில் கொடுத்த விலாசத்தை விசாரித்துக் கொண்டு போவதற்குள் ஒரு விதமான ஜுரம் ஏக்கம்போல உணர ஆரம்பித்தேன். மந்தாகினியைத் தனியாகச் சந்திக்கப் போகிறோம் என்பதே ஒரு விதத்தில் கிறக்கம் அளித்தது. அத்தனை நரம்புகளும் விண்ணென்று இழுத்துக்கட்டப்பட்ட வில் போலத்தான் இருந்தன. வில்லைக் கொண்டுவந்திருக்கலாமோ என்று தோன்றியது. ஒரு விதத்தில் இந்த மாதிரி எண்ணங்களைத் தொடர்வது வெட்கமாகவும் இருந்தது. எப்படி நான் மறுபடி ஒரு கடற்கரை அனுபவம் கிடைக்கும் என்று எண்ணலாம்? எப்படி? அடையாறு கடற்கரை அருகில் இருப்பதாலா? அந்த வீடு எங்கே இருக்கிறது?

பெசண்ட் நகர் அஷ்டலட்சுமி கோயில் இருக்கிறதே, கடற்கரை அடுத்த பகுதியில் ஒரு ஃப்ளாட் போல்தான் இருந்தது அந்த விலாசம். கதவைத் தட்டியபோது ஒரு குட்டிப் பெண் திறந்து 'யார் வேணும்?' என்றது.

'அம்மா இருக்காங்களா!'

'பேரு?'

'ராதாகிருஷ்ணன்னு சொல்லு. இப்பத்தான் அய்யா போன் பண்ணாருன்னு சொல்லு.'

அந்தப் பெண் கதவைச் சாத்திக்கொண்டு உள்ளே சென்றது. கொஞ்ச நேரம் மவுனம். நான் சுற்றிலும் பார்த்தேன். தூரத்தில் கடல் தெரிந்தது. காற்று என் தலைவாரலைக் கலைத்தது. கதவு திறந்து மந்தாகினி முழுசாக நின்றாள். ஒட்டுமொத்தமும் கருப்பு வெல்வெட்டில் சாமியார் மாதிரி, பாதிரியார் மாதிரி கவுன் அணிந்திருந்தாள். தலைமயிரை அலையவிட்டிருந்தாள். கையில் புத்தகம் பிரித்து வைத்திருந்தாள்.

'உங்களைப் பத்தித்தான புருஷோத் போன் பண்ணிச்சு?'

'ஆமாங்க.'

'நீங்கதான் என்னை மதுரையிலிருந்து மரக்குடி கடற்கரை தியேட்டருக்கு அழைச்சுட்டுப் போனிங்களா?'

'ஆமாங்க.'

'உள்ள வாங்க, உக்காருங்க. உங்க வீட்டில் எல்லாரும் சௌக்கியமா?'

'எங்க வீட்டில யாரும் இல்லைங்க!'

'நான் உங்க வீட்டுக்கு வந்தேனோ?' என்று சோபா விளிம்பில் உட்கார்ந்தாள். 'மல்லி! போய் காப்பி கொண்டுவா!' என்றாள். அந்தப் பெண் என்னையே கவனித்துக்கொண்டிருந்தவள், உள்ளே போக, 'ராதா! ஐ ரிமம்பர் எவ்ரிதிங். அந்தப் பொண்ணு பக்கத்தில் அப்படி நடந்துக்கக்கூடாதுன்னுதான் டிஸ்டண்டா இருந்தேன். என்ன!'

'மை காட்! நானும் ஒரு நிமிஷம் அசந்துட்டேங்க.'

வெல்வெட்டுக்கு ஊடே அவள் உடல் வளைவுகள் அவ்வப்போது கோடி காட்டிக்கொண்டிருக்க, கால்மேல் கால் போட்டுக்கொண்டு உட்கார, நான் எதிரில் உட்கார, 'என்ன பாக்கறிங்க?'

'இன்னும் அழகாயிருக்கிங்க.'

'ஐ திங் ஐ'ம் ப்ரெக்னண்ட். இன்னும் புருஷ்கிட்ட சொல்லலை. வில் வெச்சிருக்கிங்களா?'

'வில்?'

'நீங்க கொடுத்த அம்பை மாட்டி வெச்சிருக்கேன் பாருங்க.'

அந்தப் பெண் கொண்டுவந்த காப்பியை நாசூக்காக விரல்களால் சர்க்கரை சேர்த்து எனக்குக் கலக்கிக்கொடுத்து, 'மல்லி, நீ போய் லாண்டரில துணிங்கள்ளாம் தோச்சுகிட்டு வந்துரு. என்ன.'

'சரிம்மா' என்று அவள் புறப்பட்டுச் செல்ல,

'புருஷோத்தம் எட்டரைக்குத்தான் வரார்' என்றாள். கண்களில் புன்னகையும் சதியும் தெரிந்தது.

'தெரியும். எனக்கு முன்னாலதான் உங்ககூடப் பேசிக்கிட்டு இருந்தார்.'

'இந்தப் பொண்ணு லாண்டரில இருந்து வர ஒரு மணி நேரம் ஆகும். வாங்க, பக்கத்தில வந்து உக்காருங்க.'

'இருக்கட்டுங்க.'

'கமான், டோன்ட் பி ஷை!'

'இல்லைங்க... எஜமான்...'

'எஜமானாவது ஒண்ணாவது. இந்த நிமிஷத்தில நான், நீங்க ரெண்டு பேரும்தான் இந்த உலகத்திலயே இருக்கோம். மற்ற பேர்லாம் செத்துப்போயிட்டாங்கன்னு நினைச்சுக்கங்க. வாங்க!'

நான் அருகில்போய் தயக்கமாக உட்கார, அவள் என்னைத் தன்பால் இழுத்துக்கொண்டு, 'உங்களைப் பார்த்த உடனே பிடிச்சுப் போச்சு' என்று என் கையைத் தன் மார்பின்மேல் வைத்துக்கொண்டாள்.

ஸாட்டின் உதவியுடன் அவள் உடலின் மறுபரிச்சயம் ஏற்பட, 'இது என்ன புஸ்தகங்க?' என்றேன்.

'டையிங்.'

'லிவிங்னு எதாவது புஸ்தகம் இல்லைங்களா!'

'எனக்கு டையிங்தான் பிடிக்கும். வெள்ளைக்காரங்க தேசத்தில் ஒரு வருத்தில 160 கொலை நடந்ததுன்னா 6,000 தற்கொலை நடக்குது தெரியுமா?'

'இப்ப அதைப்பத்தித்தான் பேசணுமா?'

அவள் என்னைத் தன்னிடமிருந்து விலக்கி ஆர்வத்துடன் ஒரு ஜடப் பொருளைப் பார்ப்பது போலப் பார்த்தாள். 'அப்ரஹாமின் அவதி பற்றித் தெரியுமா உனக்கு?' என்றாள்.

'எனக்கு நீங்க அழகா இருக்கிறதைத்தவிர வேற எதுவுமே தெரியாது மந்தாகினி.'

'கிர்க்கேகாட் அதைப்பற்றிச் சொல்றான் ராதா! அப்ரஹாம்கிட்ட ஒரு தேவதை வந்து 'நீதான் அப்ரஹாம், நீ வந்து உன் மகனை பலி கொடுக்கணும்'னு சொல்லிச்சாம். அப்ரஹாமுடைய அவஸ்தை என்னன்னா, 'வந்தது நிஜமாவே தேவதையா? நான் நிஜமாவே அப்ரஹாமா? அதுக்கு என்ன ப்ரூஃப் இருக்கு?' ராதாகிருஷ்ணன், எனக்கு உலகத்தில் எல்லாமே பொய்போலத் தோணுது. எல்லாமே வேற வேற லெவல்ல விரும்பியே, தெரிஞ்சுண்டே பொய் சொல்றோம். நம் உள்ளத்தின் உள்ளே இருக்கிற ஒரே ஒரு உண்மை நமக்கு மட்டுமே தெரியுமா? அந்த உண்மையே கடைசியில ஒரு மஹா பொய்யாக இருக்கலாம் இல்லையா?'

'நீங்க சொல்றது எனக்கு சுத்தமாப் புரியலைங்க.'

'இப்ப நீ என்னைத் தொடறது பொய்யா, நிஜமா?'

'நிஜம்ங்க. படு நிஜம்.'

'நாம ரெண்டு பேரும் வேற யாருடைய கனாவோன்னு வெச்சுக் கலாமா. அப்ப நாம ரெண்டு பேரும் நிஜமா? இதுக்கு எப்படி ப்ரூஃப் இருக்க முடியும்?'

'இருக்க முடியும்ங்க. இப்ப நாம தொட்டுக்கறபோது ஒரு உணர்ச்சி, இன்ப உணர்ச்சி ஏற்பட அது நிஜம் இல்லைங்களா? வேணும்னா கையைப் பிடித்து அழுத்தறேன், வலிக்கிறதா பாருங்க.'

'இதெல்லாம் பாசாங்குதான், யோசித்துப் பாருங்க. ஒரு ஆள் உயிரோட இருக்கானா இல்லையான்னு ஊர்ஜிதம் எப்ப ஏற் படுது தெரியுமா? செத்தாத்தான்!'

நான் அவளை விநோதமாகப் பார்த்தேன். 'ஏன் இப்படி விபரீதமாச் சிந்திக்கிறிங்க? நீங்க படிக்கிற புத்தகங்கள்ளாம் நல்லால்லை. நான் புத்தகம் தரேன் படிங்க. கதைப் புஸ்தகங்க! அர்த்தமுள்ள இந்து மதம், இப்படி!'

'அதெல்லாம் எனக்குப் புரியாதுங்க' என்றாள்.

'இந்த மாதிரி புஸ்தகங்கள்ளாம்?'

'எக்ஸிஸ்டென்ஷியலிஸம் புரியுது.' திரும்ப என்னை நேருக்கு நேர் பார்த்தாள்.

'என் அருமை ராதாகிருஷ்ணன், வாங்க, இதெல்லாம்பத்தி என்ன பேச்சு. நீங்க ஒரு காரியம் நல்லாச் செய்யறிங்க! வாங்க, வந்துருங்க' என்று என்னை இரு கைகளின் விரல்களாலும் அழைத்து சோபா வின்மேல் சாய்ந்துகொண்டாள். நான் தயங்க, என்னைத் தன்பால் படிய வைத்துக்கொண்டாள். குற்ற உணர்ச்சி மேற்பட சன்னல் களைப் பார்த்தேன். 'பொண்ணு வர இன்னும் பத்து நிமிஷமாவது ஆகும். புருஷன் வர ஒண்ணரை மணி நேரமாவது ஆகும்.'

'ம்... எனக்கு வந்து...'

'பேச்சு வேண்டாம்' என்று என்னை முழுவதும் காலால் அணைத்து அழுத்திக்கொண்டு புரட்ட இருவரும் சோபா விளிம்பிலிருந்து கீழே விரித்திருந்த அலங்காரக் கம்பளத்தில் வீழ்ந்தோம்.

‘வாங்க சீக்கிரம்’ என்றாள். அவள் மேலுதட்டில் வியர்த்திருந்தது. பற்களின் விளிம்பில் மெர்க்குரி வெளிச்சம் பிரதிபலித்தது.

‘லைட்டை அணைச்சுரவா?’

‘அப்பறம், அப்பறம்’ என்றாள். மேலுடையின் இணைப்புகளை விடுவித்து என் கையைச் செலுத்திக் கொண்டபோது வெளியே கார் கதவைச் சாத்தும் சப்தம் கேட்டது. நான் சகலமும் விழிப்பு பெற்று, ‘முதலாளி வறாரு! எந்துருங்க!’ என்று அலறிச் சுருட்டிக் கொண்டு எழுந்து அந்த ஹாலை விட்டு விலகி பின்பக்கம் பாத்ரூம் பக்கம் சென்றேன்.

‘ஹாய் மந்தாகினி, ஏன் தரையில படுத்திருக்கே, வேளை கெட்ட வேளையில? அந்தாள் வந்தானா?’

‘பாத்ரூம் போயிருக்கான்.’

‘மந்தா டிரஸ்ஸைச் சரியாப் போட்டுக்கோ. என்னது இப்படி அலங்கோலம்?’

‘புஷ், நான் சொன்ன புக்ஸ் வாங்கிண்டு வந்திங்களா?’

‘வந்தேன்.’

‘மருந்து?’

‘மறந்து போயிட்டேன்.’

‘ஓ நோ! உன்னைக் கத்தியால் குத்திக் கொல்லணும்.’

‘ராதாகிருஷ்ணன், எங்கய்யா போயிட்ட?’

நான் சமாளித்துக்கொண்டு ஒன்றுமே அறியாதவன்போல முகத்தை வைத்துக்கொண்டு வெளிப்பட, ‘பேசினியா மந்தாகினி?’

‘பேசினேனே! நிறைய.’

‘யூ லைக் ஹிம், இல்லை?’

‘மாத்திரை வாங்கி வராதவங்கள்ளாம் என்கூட பேச வேண்டாம். குரங்கு! குரங்கு! தபாரு புஷ், நான் பேசாம இந்தாள்கூட ஓடிப் போயிறப்போறேன். ராதா! உங்களுக்கு வர்ற சம்பளத்தில என்னை வெச்சுக் காப்பாத்துவிங்களா?’

‘ஜோக்ஸ் அபார்ட் மந்தா! டாக்டர் அந்த மருந்து வேண்டாம்னு சொல்லியாச்சு. இனிமே உனக்கு இதெல்லாம் தேவையில்லை. உனக்கு சரியாப்போச்சு, தெரியுமோல்லியோ.’

‘ராத்திரி மாத்திரை இல்லாட்டி எப்படித்தான் தூங்கப் போறேன்! டார்லிங், ப்ளீஸ், ஐ’ல் கிவ் யூ எ பிக் கிஸ் டார்லிங், ப்ளீஈஈஸ்!’

‘சரி, ராத்திரிக்குள்ள ஏற்பாடு பண்ணறேன். எங்க குட்டி?’

‘லாண்டரிக்கு போயிருக்கு.’

‘ராதாகிருஷ்ணன், நீங்க மதுரைக்கு இன்னிக்கா போறிங்க?’

‘இல்லைங்க. நாளைக்கு போகலாம்னு இருக்கேன்.’

மந்தாகினி என்னைப் பார்த்து, ‘அப்ப காலைல வரிங்களா? ராதாகிருஷ்ணன், உங்களுக்கு இன்னும் நிறைய காரியம் இருக்கு’ என்று ரொம்ப இயல்பாகச் சொன்னதே எனக்கு போதை தந்தது.

‘என்னவோ உங்களை ரொம்பப் பிடிச்சுப்போயிருச்சு என் பொண்டாட்டிக்கு. ராதாகிருஷ்ணன்! நீங்க எங்க தங்கிருக்கிங்க.’

‘எக்மோர்ல ஓட்டல் சித்தார்த்லங்க.’

‘வேணும்னா கெஸ்ட் ரூமுல தங்கிக்கலாமே?’

‘இருக்கட்டும். அவரை எதுக்கு டிஸ்டர்ப் பண்ணணும். நாளைக்குக் காலைல பார்த்துறலாம் என்ன.’

‘அப்ப போயிட்டு வாரிங்களா ராதாகிருஷ்ணன்? குட்பை’ என்றாள்.

அவளை புருஷோத்தம் ஒரு கையால் அணைத்து வளைத்துக் கொண்டு, ஃப்ரிஜ்ஜிலிருந்து ஊற்றிக்கொண்ட ஸ்காட்ச்சுடன் மறு கையால் என் முன் கிளாஸை உயர்த்தி ‘நாளைக்குப் பார்க்கலாம்’ என்றார்.

அந்த இடத்திலேயே புருஷோத்தம் என்கிறவனைச் சம்ஹாரம் பண்ணி மந்தாகினியை அவன் அணைப்பிலிருந்து மீட்டு அழைத்துச் செல்லவேண்டும் என்கிற ஆவேசம் புறப்பட்டது.

ஓட்டலுக்கு வந்தபோது, ‘சார் இன்னிக்கும் உண்டுங்களா?’ என்று பையன் கேட்டான். நான் அவனை முறைத்துவிட்டு அறைக்குச்

சென்றேன். ரசம்போன கண்ணாடி மூலமாக முகத்தைப் பார்த்துக் கொண்டேன். மந்தாகினியைக் கவரும்படியாக அப்படி என் முகத்தில் என்ன இருக்கிறது? சதுரமான முகம். புருஷோத்தமுடன் ஒப்பிட்டால் நிறமும் கிடையாது. பற்கள் முதலியவை ஒழுங்காக இருந்தாலும் நான் ஒரு கமலஹாசன் இல்லை. என்மேல் இவளுக்கு எப்படி இத்தனை ஈடுபாடு என்று புரியவில்லை. அவள் குணத்தில் பதில் இருக்கிறது என்று நம்பினேன். அந்தப் பெண் நார்மல் இல்லை. ஏதோ அவளுக்கு வியாதி அல்லது விபரீத குணம் இருக்க வேண்டும். எப்போதும் சாவைப் பற்றியும் தற்கொலையைப் பற்றியும் பேசுகிறாள். மாத்திரை ஏதோ இல்லை என்றதும் அவள் தோற்றத்தில் வந்த படபடப்பும் கை உதறலும் சரியாக இல்லை. மந்தாகினி ஒரு புதிர்.

உடல்ரீதியாக அவளைத் தொடுவதும் படுவதும் மிக மிக எனக்கு வசீகரமாக இருந்தாலும், ஓரத்தில் பயமும் இருந்தது. என்னை அணைக்கிறதுபோல அணைத்து நன்றாக ஒரு குதறல் கடித்து விட்டாலும் ஆச்சரியமில்லை. புருஷோத்தமே அவளுடன் பேசுகையில் கண்களில் ஒருவித பயமும் அநிச்சயமும் தெரிந்தது. நாளை வரச் சொல்லியிருக்கிறாள். பேசாமல் ஊரைப் பார்க்கப் போய்விடலாம். இல்லை இல்லை! நாளை அவளைப் பார்த்தே ஆகவேண்டும். பார்த்துவிட்டுத்தான்... இன்னும் அவளிடம் என்னென்ன ஆச்சரியங்கள் பாக்கி இருக்கின்றனவோ?

அறைக்கு வந்து படுத்து விளக்கணைத்ததும் மறுபடி சலங்கை சப்தம் கேட்டது. வேறு யாருக்கோ ரூமுக்கு பையன் அழைத்துச் செல்கிறான் என்று எண்ணியிருக்க, 'தட் தட்' என்று சப்தம் கேட்க, 'யாரு?' என்றேன்.

'நாந்தான் மந்தாகினி.'

'வேண்டாம்.'

'வேற எதாவது பேரு வேணுங்களா? வனிதாமணி, வன மோகினின்னு?'

'வேண்டாம்.'

'இன்னாடா இம்மாந்தூரம் கூட்டியாந்தே?'

'எங்க போற நீ? இது இல்லாட்டி வேற. பத்தாம் நம்பர்ல ஒரு வைத்தியர் இருக்காரு...'

காலடி ஓசைகள் என்னை விட்டு விலக, குளிர்ந்த தண்ணீர் அருந்தி விட்டு கண்களை மூடினால், தூக்கத்துக்கு பதில் மந்தாகினியின் கருப்பு வெல்வெட் அங்கிதான் தெரிந்தது. கைவிரல்களைக் கசக்கிக்கொண்டேன். இடைப்பட்ட சந்தோஷத்தை மறந்து விடாமல் மனத்தில் அவளை பல்வேறு விதமாக முத்தமிட்டேன். கார்ப்பெட்டில் அவளைப் படுக்கவைத்து சாட்டின் அங்கியை முழுவதும் அகற்றி... சரக் சரக்கென்று பூட்ஸ் காலடி ஓசை கேட்க, யார் யாரோ வேகமாக ஓடும் சப்தமும் கேட்டது.

'ரெய்டு! ரெய்டு! ஓடுங்க!'

சப்தம் அதிகரித்தது. 'ரெய்டுக்கு வரலய்யா! இதெல்லாம் அப்பறம். இங்க ராதாகிருஷ்ணன்னு தங்கியிருக்காரா ஒருத்தர்?'

'ம்ம்... எட்டாம் நம்பர் ரூம்லங்க...'

பூட்ஸ் காலடியோசை என் அறையின் அருகில் வந்து நின்றது. குச்சியால் கதவு தட்டப்பட, 'யாரு' என்றேன்.

'போலீஸ். ஓப்பன்!'

நான் எழுந்து சட்டை மாட்டிக்கொண்டு கதவைத் திறக்க, ஒரு போலீஸ் அதிகாரி என்னை முழுசாகப் பார்த்து, 'நீங்கதானே ராதாகிருஷ்ணன்?'

'ஆமாங்க.'

'என்.பி. எண்டர்ப்ரைஸஸ்ல மதுரை டிப்போவில அசிஸ்டண்ட் மானேஜர் ராதாகிருஷ்ணன் நீங்கதானே?'

'ஆமாங்க நான்தாங்க!'

'நீங்க மிஸஸ் புருஷோத்தம் அவங்களை சந்திச்சிங்களா?'

'எப்பங்க?'

'நேற்று சாயங்காலம்.'

'ஆமாங்க.'

'எத்தனை மணிக்கு அவங்க வீட்டை விட்டுட்டு போனிங்க?'

'ஏழு, ஏழரை இருக்கும். ஏங்க?'

'விஷயம் தெரியாதா?'

'என்னங்க, ஏதாவது விபரீதமா?'

'உங்களுக்கு நிஜமாகவே விஷயம் தெரியாது? அந்தம்மா செத்துட்டாங்க!'

'அய்யோ! அப்பா! என்னங்க நீங்க சொல்றிங்க?'

'கடைசியா ஏழரைக்குப் பார்த்தப்போ எப்படி இருந்தாங்க?'

'ஏன், உயிரோடத்தான் இருந்தாங்க. என்னங்க என்ன ஆச்சு? எப்படிச் செத்துட்டாங்க? உடம்பு கிடம்பு சரியில்லையா? என்னங்க இது...' என்று அழ ஆரம்பித்துவிட்டேன்.

'மிஸ்டர் ராதாகிருஷ்ணன்! கொஞ்சம் போலீஸ் ஸ்டேஷனுக்கு வரமுடியுமா?'

'ஒண்ணும் புரியவே இல்லைங்களே...'

'விவரமாச் சொல்றேன். இப்ப சமயமில்லை. நீங்க கூட வந்தீங்கன்னா உபகாரமா இருக்கும்.'

'அரஸ்ட் பண்ணப் போறிங்களா...'

'இல்லை, அரஸ்ட் பண்ணணுமா? அப்டி ஏதாவது உண்டா? ஏன் கை நடுங்குது?'

'அய்யய்யோ இல்லைங்க.'

'வண்டில ஏர்றிங்களா?'

போலீஸ் அதிகாரிக்கு முன்னே அந்தப் பெண் ஓடுவதைப் பார்த்து, 'எங்கய்யா ப்ரொப்ரைட்டர்? இது யாருய்யா?'

'தங்கச்சிங்க.'

'துத்! தங்கச்சியாம்! விட்டன்னா பாரு! முகத்தில பரம பதிவிரதைன்னு எழுதியிருக்கு. ஏன்யா, சித்தார்த்தான்னு புத்தர் பேரை வெச்சுக்கிட்டு விபசாரம் நடத்துறிங்க. வாங்க, உங்களை வந்து அப்புறம் கவனிக்கிறேன். இப்ப அதைவிட முக்கியமான கேஸு, வாங்க ராதாகிருஷ்ணன்!'

ஜீப்பில் போகும்போது, அவர் ஒரு சிகரெட் பற்ற வைத்துக் கொண்டு, 'சொல்லுங்க, அவங்களைப் பார்த்தபோது என்ன சொன்னாங்க உங்ககிட்டே?'

'என்ன ஆச்சுங்க, சொல்லுங்க. சஸ்பென்ஸ் தாங்க முடியலை!'

'அதான் சொன்னனே, இறந்துட்டாங்க!'

'எப்படிங்க! முழுசா ஏழரை மணிக்குப் பார்த்திருக்கேன், எதாவது ஆர்ட் அட்டாக்கா!'

'அதெல்லாம் இல்லை. இயற்கையா இறக்கலை, கிச்சன்ல சடலம் கிடந்தது. மார்ல கூரா ஒரு அம்பு குத்தியிருந்தது! கையால பிடிச்சிக்கிட்டு இருந்தாங்க... குத்திக்கிட்டாங்களா, எடுக்க முயற்சி பண்ணாங்களா, தெரியலை.'

'அம்மா!'

'ஆமாம், கொலையா, தற்கொலையான்னு தீர்மானிக்க முடியலை. நீங்க...'

'இந்த அம்பு பத்தி என்னால சொல்ல முடியும்ங்க.'

'புருஷோத்தம் சொன்னாரு, அம்பு உங்களுதாமே!'

'ஆமாங்க.'

'அந்தம்மாவை உங்களுக்கு எப்படித் தெரியும்?'

'அவங்க மதுரைக்கு வந்திருந்தபோது சுத்திக்காட்டினேங்க. அப்ப அந்த அம்பு கேட்டு வாங்கிக்கிட்டாங்க. என்னங்க சொல்றிங்க. ஏழரை மணிக்குப் பார்த்திருக்கேங்க அவங்களை!'

'ஏழரை மணிக்கு பார்த்ததும் நீங்க விட்டுட்டு நேரா ஓட்டலுக்கு வந்திங்களா?'

'எட்டரை மணிக்கு புருஷோத்தம் போறப்போ அக்கம்பக்கத்தில பார்த்திருக்காங்க. நடு ராத்திரிலதான் நிகழ்ந்திருக்கணும்!'

'அய்யோ, கடவுளே! நம்பவே முடியலையே!'

'அந்தம்மா எப்படி?'

'எப்படின்னா?'

'ஒரு மாதிரி மைண்டு சரியில்லைன்னு சொன்னாங்க பல பேர். அது உண்மையா?'

நான் யோசித்து, 'ஒரு மாதிரியா பிஹேவ் பண்ணாங்க. அது தெரியுங்க.'

'ஒரு மாதிரின்னா, ஏதாவது உதாரணம் சொல்லு!'

'மதுரைக்கு வந்திருந்போது, எதிர்பாராதவிதமா சில காரியங்கள் செய்தாங்க.'

'எப்படி?'

'திடீர்னு மொப்பெட்டை எடுத்துகிட்டு தெருவெல்லாம் சுத்தினாங்க!'

'அதுல எதும் தப்பா என்ன?'

நான் மவுனமாக இருக்க, அவள் கடற்கரையில் நிர்வாணமாக ஓடியது நினைவுக்கு வர... என் மனத்தில் பிரளயமாக எண்ணங்கள் புரண்டன.

'உங்ககிட்ட பேசறப்ப எப்பவாவது சாவு, செத்துப்போறது, தற்கொலை பண்ணிக்கிறதுன்னு பேசினாங்களா?'

'ஆமாங்க.'

'அந்தம்மா புருஷனும் அதைத்தான் சொன்னாரு. மருந்து ஏதாவது சாப்பிட்டுக்கிட்டு இருந்தாங்களா?'

'தெரியாதுங்க. அவங்ககூட நான் பழகினது ரொம்பக் கொஞ்சங்க.'

'வில், அம்பு கொடுத்திருக்கிங்க!'

'ஆமாங்க, மதுரை வந்தபோது அவங்க பரிசாக் கேட்டாங்க, கொடுத்தேன்.'

'அதனாலத்தான் குத்திக்கிட்டாங்க!'

'அதான் ஆச்சரியமா இருக்குதுங்க!'

'இல்லை, நீதான் குத்திட்டியா?'

'அய்யோ! நீங்க என்ன சொல்றிங்க?'

'ராத்திரி ஓட்டல்லதான் இருந்தியா? யாராவது சாட்சி சொல்லு வாங்களா அதுக்கு?'

'ஏங்க, எதுக்கு கேக்கறிங்க?'

'அந்தம்மாவை ராத்திரி பதினொரு மணிவரைக்கும் பார்த்தவங்க இருக்காங்க. அதுக்கப்புறம்தான் சம்பவம் நிகழ்ந்திருக்கு. பொதுவா ஒருவிதமான சூய்ஸைடல் டெண்டன்ஸி இருக்கறாப் பலத்தான் தோணுது. பலபேர் சொல்லியிருக்காங்க.'

'புருஷோத்தம் கூட இருந்தாருங்களா?'

'அவர் ராத்திரி எட்டரை மணிக்கு காஞ்சிபுரத்துக்கு போயிருக் காரு. டீலர்ஸ் கான்ஃபரன்ஸாம் நாளைக்கு. அவருக்கு நாங்க தான் தகவல் தெரிவிச்சு அதிகாலைதான் வந்தார். தபாருங்க ராதாகிருஷ்ணன்! கரெக்டாச் சொல்லுங்க நீங்க. அந்தம்மா தற்கொலை செய்துக்கற டைப்புன்னு தோணிச்சா உங்களுக்கு?'

'தோணிச்சுங்க.' நான் எதும் மறைக்க விரும்பவில்லை. மறைத் தால் என் மேலேயே பாய்ந்துவிடுவாரோ என்ற அச்சம் ஏற் பட்டது.

'உதாரணமா, நேத்திக்குப் பார்த்திங்கல்ல? பேசிக்கிட்டிருந்திங் கல்ல? அப்ப எதாவது சாவு, தற்கொலைன்னு பேசினாங்களா?'

'ஆமாங்க. புஸ்தகம்கூட வெச்சிருந்தாங்க. ஏதோ சாவைப் பற்றித் தான்.'

'டையிங்னு புஸ்தகம். ஞாபகம் இருக்கு. என்ன சொன்னாங்க?'

'உயிரோட இருக்கமா இல்லையாங்கறது செத்தாத்தான் புரியும் னாங்க. கொஞ்சம் விநோதமாவேத்தான் பேசினாங்க. அவங்க செய்ததில எல்லாக் காரியத்திலும் ஒரு எதிர்பாராத தன்மை இருந்தது.'

'சூய்ஸைடு கேஸாதான் இருக்கலாம்னு சொல்றிங்க.'

'புருஷோத்தமைக்கூடக் கேட்டுப்பாருங்க. அவங்ககூட...'

'அவர் அதேதான் சொன்னார். அதை நம்பறதுக்கு முந்தி உங்க கூட ஒருவிதமா கொராபரேஷன் தேவைப்படுது. அதனாலதான். மதுரையில என்ன நடந்தது சொல்லுங்க.'

'அந்தம்மா ஊர் சுத்திப் பாக்கணும்னாங்க. அதுக்காகத்தான் முதலாளி அவங்களை ப்ளேன்ல அனுப்பினார். நான் ஏர்போர்ட் போயி அவங்களைக் கூட்டிக்கிட்டு போனேன். அசோக் ஓட்டல்ல தங்கியிருந்தாங்க. அதுக்கப்புறம் அவங்களை மரக்குடின்னு ஒரு ஊருக்கு, சமுத்திரக்கரையில நாடகம் போட்டுக்கிட்டு இருந்தாங்க, அதைப் பார்க்கக் கூட்டிட்டுப் போனேங்க, அவங்க நண்பர்ங்கள்ளாம் இருந்தாங்க. அதுக்கப்புறம் கூத்து நடந்துகிட்டே இருக்கிறப்ப...'

'அப்ப?'

நான் தயங்கினேன். சொல்லலாமா வேண்டாமா? சொல்ல வில்லை எனில் என்மேல் சந்தேகம் வந்துவிடுமோ? இன்ஸ்பெக்டர் தற்கொலையா, கொலையா என்று தீர்மானிக்காதவர் போலத்தான் தோன்றுகிறார். என்மேல் சந்தேகம் ஏற்பட்டு இருக்குமோ? ராத்திரி எங்கே இருந்தாய் என்று திரும்பத் திரும்பக் கேட்கிறார். ஆயுதம் என்னுடையது. இன்னும் கொஞ்சம் விசாரித்தால் அசந்தர்ப்பமாகிவிடும்.

'சொல்லுங்க. கடற்கரையில என்ன ஆச்சு?'

'திடீர்னு அந்தம்மா ஒருமாதிரி ஃபன்னியா நடந்துக்க ஆரம்பிச்சாங்க.'

'என்ன செஞ்சாங்க?'

'தன் உடைங்கள்ளாம் கழத்திட்டு கடலை நோக்கி ஓடினாங்க.'

'கடல்ல மூழ்கிட முயற்சி பண்ணாங்களா?'

'இல்லைங்க. அலை காலை நனைக்கிறவரைக்கும் ஓடினாங்க.'

'இதை நீங்க புருஷோத்தம்கிட்ட சொல்லலையா?'

'இல்லைங்க.'

'ஏன், சொல்லவேண்டாம்னு சொன்னாங்களா?'

'இல்லைங்க.'

'தபாருங்க. ராதாகிருஷ்ணன், நீங்க எதையும் எங்கிட்டயிருந்து மறைக்கலையே?'

'இல்லைங்க.'

'மறைக்காம இருக்கிறது நல்லது. நான் இப்ப செய்துக்கிட்டு இருக்கிறது வெறும் விசாரிப்பு. மரணத்துக்குக் காரணம் கண்டு பிடிக்கிறதுக்கு. அவங்கமேல யாருக்கும் எந்தவிதமான வெறுப்போ விரோதமோ இருக்கிறதாத் தெரியலை.'

'ரொம்ப நல்லவங்க. அவங்களை நேசிக்காம இருக்கமுடியாது யாராலயும்.'

'நேசிப்பதா?'

'விருப்பம்னு வெச்சுக்கங்களேன்.' ஜாக்கிரதை!

'நீங்க எங்ககிட்ட எங்ககிட்ட என்னவோ மறைக்கிறிங்கன்னு நினைக்கிறேன். நல்லதில்லை. தபாருங்க. அந்தம்மாவுக்கு உங்களுக்கு வேறு ஏதாவது...'

'சேச்சே, அதெல்லாம் இல்லைங்க' என்றேன் அவர் கண்களைப் பார்க்காமலே. 'அய்யா, நீங்க என்ன நினைக்கிறிங்க? நான் அவங்களை கொன்னுட்டன்னா?'

'கொன்னிங்களா?' என்றார்.

'சேச்சே, என்னங்க அபாண்டம்'- கண்களில் மளமளவென்று கண்ணீர் வந்தது. 'யாராவது தான் வந்து மிக மிக விரும்பற பொருளை அழிப்பாங்களா சொல்லுங்க.'

'நீங்க ராத்திரி எங்க இருந்திங்கன்னு...'

'ஓட்டல்லங்க.'

'ரூமுக்குள்ளதான் இருந்திங்களா? நீங்க வர்றதை பார்த்தவன் யாராவது உண்டா?'

'ரூம்பாய் ஒருத்தன் பார்த்தாங்க. ஓனர்கூடப் பார்த்தாரு.'

'வெரிகுட். அவங்களை விசாரிச்சுரலாம்.'

'இப்ப எங்க போறோம்?'

'மார்ச்சுவரிக்கு. போஸ்ட் மார்ட்டம் ஆயிருக்கணும். பார்த்துர லாம் வாங்க. புருஷோத்தம் அங்கதான் இருக்காரு. அவரைச் சந்திக்க விருப்பம்தானே உங்களுக்கு?'

அந்த அதிகாரியின் ஒவ்வொரு வார்த்தையிலும் குத்தலும் சந்தேகமும் இருந்தது. என்னடா இது, என்னை மாட்ட வைக்கப்

போகிறார்களா! விலங்கு போடவில்லையே! நான் செய்த தவறு என்ன? மற்றொருவன் மனைவியைத் தொட்டதா... அதுதான் தப்பா? அய்யோ! வலையில் மாட்டிக்கொண்டு விட்டேனா? அந்தப் பெண் ஒரு மாதிரி என்று தெரிந்தாலும் இப்படிச் செய்வாள் என்று எதிர்பார்த்தேனா, இல்லையா?

அதிகாலையில் ஜெனரல் ஆஸ்பத்திரியின் பிரதான வாசலைக் கடந்து அவரைத் தொடர்ந்து மெல்ல காரிடாரில் நடந்தேன். வார்டு வார்டாக விழித்திருந்த நோயாளிகள், அப்போதுதான் தூங்க ஆரம்பித்திருக்கவேண்டும். பொதுவாக மவுனமாக இருக்க, வராந்தாவில் படுத்திருந்தவர்களை விலகச்சொல்லி மருந்து வாசனையோடு தரை துடைத்துக்கொண்டிருந்தார்கள்.

'அய்யா, நான் பார்க்கவேண்டாங்க. இது பாதகங்க! எனக்கு பயமா இருக்குதுங்க. என் கை நடுங்குதுங்க. அய்யா நான் தப்பு செய்தேன் அய்யா. பாவம் செய்தேன். ஆனா கொல்லலை. அவங்களை கொல்லவே இல்லை அய்யா, அய்யா...'

'உளறாம வாய்யா.'

கம்பி கம்பியாகப் போட்டிருந்த காரிடாரில் பச்சை வர்ணம் அடித்த திரை மறைக்க, வெளியே முகத்தில் பாதியை கர்ச்சீப்பால் மூடிக்கொண்டு புருஷோத்தம் காத்திருந்தார். மரத்தடியில் பல பேர் இருந்தார்கள். ஒரு மாருதி, ஒரு கறுப்பு வண்டி, பல ஃபியட்டுகள் என்று காத்திருந்தன. மவுனமாக இன்ஸ்பெக்டர் பச்சைத் திரைக்கு அப்பால் சென்றார். நான் புருஷோத்தம் அருகில் சென்று பணிவாக நின்றுகொண்டு மாலை மாலையாகக் கண்ணீர் விட்டுக்கொண்டு மவுனமாக அழுதேன். கண்ணில் கருப்புக் கண்ணாடி போட்டிருந்தவர், அதை நீக்கினார். கண்கள் பழுத்திருந்தன. 'ராதாகிருஷ்ணா! போய்ட்டா! நேத்து பாத்தமே, பேசினமே, போயிட்டாப்பா! கொஞ்சம் அசந்துட்டனே! தனியா விட்டுட்டனே! போயிட்டாளே!'

நான் அவரை வணங்கிக்கொண்டே, 'அய்யா, அய்யா, நான் எதும் செய்யலைய்யா, அந்த அம்பு அவங்கதான் கேட்டு வாங்கிட் டாங்கய்யா, அப்படிப்பட்ட குணம் இருக்கும்னு தெரிஞ்சிருந்தா நான் குடுத்திருக்கவே மாட்டேன்யா. மன்னிச்சுக்கங்கய்யா. ஆனா நான் எதும் காரணமில்லை. நான் எதும் செய்யலை அய்யா. என்னை சந்தேகிக்காதங்கய்யா' என்று சிறு குழந்தைபோல தொண்டை கமற அவர் கையைப் பிடித்துக்கொண்டு அழுதேன்.

அப்படியே தரையில் சரிந்து மணலில் விழுந்தேன். 'நான் எதும் செய்யலை, நான் எதும் செய்யலை.'

'சேச்சே எழுந்திரு. ராதாகிருஷ்ணன்! நீ எதும் செய்யலை! அப்படி யாரு சொன்னாங்க?'

'இன்ஸ்பெக்டர் கேக்கற கேள்விங்களைப் பார்த்தா எம்மேல சந்தேகப்படறாப்பல இருந்ததுங்க.'

'சேச்சே, யார் சொன்னது!'

'அம்பு என்னுதுதாங்க. அந்தம்மா எங்கிட்ட கேட்டு வாங்கிக்கிட் டாங்க. அய்யா, நான் அதைத் தவிர வேற எந்த தப்பும் செய்ய லைய்யா.'

அழுதுகொண்டே இருக்கும்போது என் மனத்துக்குள் ஒரு தனிப்பட்ட குரல், 'அடேய் ராதாகிருஷ்ணா! வேறு எந்தத் தப்பும் நீ செய்யவில்லையா? எதற்காகப் பொய் சொல்கிறாய்! ஏதோ ஒரு விதத்தில் அந்தத் தற்கொலைக்கு நீயும் காரணமாக இருந்திருக் கிறாய்! எந்த விதத்தில் என்று புரியவில்லை! இருந்தும்...'

'த பாரு ராதாகிருஷ்ணா, நானே போலீஸ்கிட்ட சொல்றேன். கெட் அப். கவலைப்படாத! உன்னை யாரும் சந்தேகப்படலை! போலீஸ் அப்படித்தான் கேட்பாங்க. என்னைக்கூட, காஞ்சிபுரத் திலிருந்து ராத்திரி வர்றேன், என் துக்கம், அதன் ஆழம் தெரியாம கன்னா பின்னான்னு கேட்டாங்க. மந்தாகினிக்கும் உனக்கும் என்ன சம்பந்தம்! ஏதும் இல்லை! ஏதோ ஒரு முறை மதுரையில சந்திச்சு ஊர் சுற்றிக் காண்பிச்ச. என் கேஸை எடுத்துக்க. மனைவி! அவ பேர்ல ஏகத்துக்குச் சொத்து இருக்கு. அவ செத்துப் போறதிலே எனக்கு லாபங்கள் இருக்கு. அப்படி இருக்கறப்ப என்னமா சத்தாய்ச்சிருப்பாங்க சொல்லு. அந்த இன்ஸ்பெக்டரை உதைக்கலாமான்னு தோணிச்சு. நல்லவேளை, நான் ஊர்ல இல்லை. இருந்திருந்தா எம்பேர்ல நிச்சயம் முழுப்பழியைப் போட்டிருப்பாங்க. காஞ்சிபுரம் போயிருந்தேன். கவலைப் படாத. திஸ் இஸ் ப்யூர் அண்ட் சிம்பிள் சூய்ஸைடு!'

'எதுக்காகய்யா இறந்து போய்ட்டாங்க.'

அவர் கண்களில் மறுபடி ஜலம் துளிர்க்க, 'ராதாகிருஷ்ணன் உங்க கிட்ட கொஞ்சம்தான் அவளைப்பத்திச் சொன்னேன். சொல்லாம

விட்டது ஏராளம். அப்பறம் சொல்றேன்.' இப்போது பிணவறையிலிருந்து ஓலைப் பாயில் சுருட்டிய உடலைக் கொண்டுவர அவர் மூக்கு நுனி துடிக்க அழ ஆரம்பித்தார். சாலை விபத்தில் செத்துப் போனவன் ஒருவன் உடல் அது. ஒரு பாகமே காணாமற் போனது போல ரத்தம் தோய்ப்பாக இருந்தது. 'மை காட்!'

'போஸ்ட்மார்ட்டம் இப்பத்தான் தொடங்கியிருக்காங்களாம். இன்னும் மூணு அவராவது ஆகும். அய்யோ, நான் எப்படி சகிச்சுப்பேன்' என்றார்.

இன்ஸ்பெக்டர் என்னிடம் வந்து, 'ராதாகிருஷ்ணன், கொஞ்சம் வரீங்களா, பாக்கியை முடிச்சுரலாம்.'

நான் புருஷோத்தமைப் பார்க்க, 'போங்க, உண்மையைச் சொல்லுங்க. உங்கமேல யாரும் சந்தேகப்படலை' என்றார்.

போலீஸ் நிலையத்துக்கு அழைத்துச் சென்றார்கள்.

இன்ஸ்பெக்டர் ஒரு சிகரெட்டுக்குத் தீ வைத்து உறிஞ்சிவிட்டு, 'நீங்க புருஷோத்தம்கிட்ட உங்க மேல நாங்க சந்தேகப்படறதா சொன்னிங்களா?'

'ஆமாங்க.'

'ஏன் அப்படி நினைக்கிறிங்க?'

'நீங்க கேக்கற கேள்விங்க ஒரு மாதிரி இருந்ததுங்க.'

'போலீஸ் கடமையை செய்யவேண்டாமா? இது நேரடியான சூய்ஸைடு கேஸ்தான்னு வெச்சுக்கலாம். இருந்தாலும் எல்லாக் கோணங்களையும் பார்க்கறது நியாயமில்லையா? நாங்க எப்போதுமே சந்தேகப் பேர்வழிங்க. பயப்படாதிங்க. உங்கமேல குற்றமில்லைன்னா, நீங்க ஏதும் செய்யலைன்னா, பயப்படவே வேண்டாம். இந்தம்மா பேர்ல ஏகத்துக்குச் சொத்து இருக்குது. முதல்ல சந்தேகம் வரும், யாராவது கொன்னிருக்கலாம்னுட்டு. முதல் சந்தேகம் கணவன் புருஷோத்தம் பேர்ல. நல்லவேளை காஞ்சிபுரம் போயிருந்திருக்கிறார். எதிர்வீட்டில் அவங்க வந்து டெலிபோன் செய்யறதுக்கு ராத்திரி பதினோரு மணிக்கு வந்திருக்காங்க. அப்ப அந்தம்மா உயிரோட இருந்திருக்காங்க. அப்ப புருஷோத்தம் காஞ்சியில் இருந்திருக்காரு.'

நான் மவுனமாக இருக்க, 'சந்தேகம் உங்க பேர்லதான் எங்களுக்கு அதிகம் விழுது!'

‘அய்யோ இல்லைங்க.’

‘உங்க வில்லு, அம்பு. அவங்க பரிசாக் கேட்டாங்கங்கறதை நம்ப முடியலை. மறுபடி சொல்லுங்க. என்ன ஆச்சு? நீங்க அவங்களை மதுரையில் ஊர் சுத்திப்பார்க்கக் கூட்டிட்டு போனிங்க. இந்த அம்பை எப்பப் பார்த்தாங்க?’

‘என் ரூமுக்கு வந்திருந்தாங்க.’

‘ஓ!’ என்றார். சந்தேகம் கலந்த ‘ஓ!’

‘ஆமா! வில் அம்புக்கும் உங்களுக்கும் என்ன சம்பந்தம்? எதுக்காக வில், அம்பு வெச்சிருந்திங்க? இதைப்பார்த்தா விளையாட்டு அம்பு போலத் தோணலை. நல்ல கூர்மையா... ஒரு ஆளைக் கொன்னிருக்கே?’

‘அது வந்துங்க, நான் சர்க்கஸ்ல இருந்தேன்.’

‘இண்ட்ரஸ்டிங்! என்னவா இருந்திங்க?’

‘வில் அம்பு அடிக்கிற பர்ஃபார்மிங் ஆர்ட்டிஸ்டா இருந்தங்க.’

‘ஓ! எந்த சர்க்கஸ்?’

‘அமலா சர்க்கஸ்.’

‘ஏன் விட்டுட்டிங்க சர்க்கஸை?’

‘அது வந்து ஒருமாதிரி சண்டை ஆயிருச்சுங்க!’

‘என்ன சண்டை?’

‘ஒருமுறை வந்து... வந்து...’

‘மென்று முழுங்காதிங்க. அமலா சர்க்கஸ்ல விசாரிச்சுக்குவோம். பொய் ஏதும் சொல்லாதிங்க. அமலா சர்க்கஸ் ப்ரொப்பரைட்டர் யாரு?’

‘கோஷின்னு ஒருத்தர்.’

‘விசாரிச்சுரலாம். சொல்லுங்க, எதுக்காக சர்க்கஸை விட்டிங்க?’

திடீர் என்று எனக்கு தைரியம் வந்துவிட்டது. ஆனது ஆகட்டும். மந்தாகினியே போய்விட்டாள். இனி என்ன? ‘ஒரு பொண்ணு மார்ல அம்பு எய்துட்டங்க!’

'ஓ! இண்டரஸ்டிங்! ஏன், என்ன ஆச்சு?'

'ஒரு மாதிரி தகராறுங்க!'

'காதலா?'

'பச் அப்படித்தான் எதாவது வெச்சுக்கங்களேன். பொண்ணுங்க இருந்தா இந்த மாதிரி...'

'கல்யாணம் ஆயிருச்சா?'

'இல்லைங்க.'

'ஏன், கல்யாணம் பண்ணிக்கலையா? இந்த தொல்லையாலயா? இந்த சம்பவத்தாலயா?'

'அய்யா! நீங்க என்ன சொல்ல வரிங்க? என்ன நிரூபிக்க விரும்பறிங்க?'

'அம்பு எப்படி அம்மாவுக்கு கிடைச்சதுன்னுதான் பார்க்கிறேன்.'

'அம்பு வந்து... அவங்க வாங்கிக்கிட்டாங்கய்யா.'

'வாங்கிட்டாங்களா, நீங்க கொண்டு வந்திங்களா?'

'இல்லைங்க.'

'இன்னும் எத்தனை அம்பு வெச்சிருக்கிங்க?'

'ஏதும் இல்லைங்க.'

'இதனோட வில் எங்க?'

'வில்லு... வில்லு வந்து ரூம்ல இருக்கு.'

'எடுத்துட்டு வந்திங்களா?'

'அம்மா வில்லும் கேட்டிருந்தாங்க. அதைக் கொடுக்கலாம்னுட்டு எடுத்து வந்தேன்.'

'எதுக்காக மதுரையிலிருந்து சென்னைக்கு வந்திங்க?'

'ஸ்டாக்கு தீர்ந்து போச்சுன்னு ஆர்டர் பண்ணுறதுக்கு.'

'உங்களை எட் ஆபீஸ்ல கூப்பிட்டனுப்பிச்சாங்களா?'

'இல்லைங்க. நானாவே வந்தேன்.'

'எப்பவும் இப்படித்தான் வருவிங்களா?'

நான் அவரை நிமிர்ந்து கோபத்துடன் பார்த்தேன். 'அய்யா, நீங்க எம்மேல...'

'லுக்! யார் மேலயும் யாரும் பழி போடலை. சும்மா கேள்வி கேட்டுக்கிட்டு இருக்கேன்.'

'நான் உண்மை பேசிக்கிட்டிருக்கேன்.'

'உண்மையை இன்னும் சொல்ல ஆரம்பிக்கலை நீங்க.'

'என்னங்க இப்படி?'

'போய்யா போய்யா. நீ சொல்றதை உண்மைன்னு எப்படி சொல்ல முடியும். மதுரையில நீங்க எங்க இருக்கிங்க?'

'ஒரு ரூம்ல.'

'ரூம்ல வந்து உங்க எஜமானியம்மா அம்பு வேணும்னு கேட்டாங்களாம். நீ தந்தியாம். அதுக்கப்புறம் வில்லும் வேணும்னு கேட்டாங்கன்னு வில்லை மட்டும் எடுத்துக்கிட்டு மறுபடி மெட்ராஸ் வந்தியாம், அவங்களுக்கு குடுக்கலாம்னுட்டு! அவங்க மார்ல குத்திகிட்டுச் செத்திருக்காங்க. உன் அம்பை மார்ல குத்திக்கிட்டு...'

'அதாங்க உண்மை.'

'சர்க்கஸ்ல இருந்தவன், பொம்பளை மேல முதல்லயே அம்பு எறிஞ்சவன், மறுபடி மற்றொரு பெண்பிள்ளை மேல அம்பு எறிய மாட்டான்னு என்ன நிச்சயம்?'

'எதுக்காகங்க, எதுக்காக எறியணும்?'

'எதுக்காகன்னு இதுவரை புரியலை, கண்டுபிடிக்கலாம். கண்டு பிடிக்கலாம். அதுக்கென்ன?' அவர் என்னைக் கிட்டத்தில் வந்து பார்த்து, 'த பாரு ராதாகிருஷ்ணன், எனக்கு அதிகம் ஜோலி இருக்குது. இன்க்வெஸ்ட்டுக்கு போகணும். அதனால என்ன பண்றே, நீ வந்து மெல்ல எல்லாத்தையும் நிதானமா யோசிச்சு வையி.

'இங்கேயே ஸ்டேசன்லயே ஒரு பெஞ்சில படு. உக்காந்துக்க. நிதானமா யோசிச்சு வையி. ஒரு மூணு மணிநேரம் அவகாசம் கொடுக்கறேன். போஸ்ட்மார்ட்டம் ரிப்போர்ட் எடுத்துட்டு

வர்றேன். அதுக்குள்ள யோசிச்சு வையி. உண்மை என்னங்கறதைச் சொல்லிரு. இதுவரைக்கும் நீ சொன்னதில ஒரு பத்து பர்சண்ட்கூட உண்மையில்லை. அதனால நிதானமா யோசிச்சு உண்மையைச் சொல்லிரு. உனக்கு ஒரு பாதகமும் வராது. நீதான் கொன்னேன்னா, எதுக்காகக் கொன்னே, எதாவது இமோஷனலா, இல்லை நகையா, பணமா, எதாவது இருந்தாச் சொல்லிரு!'

'அய்யா, இல்லவே இல்லை!'

'வந்தப்புறம் மறுபடி பேசலாம். பொய் சொல்லாதே என்ன?' என்று என் தோளில் தன் கழியால் ஒரு தட்டுத் தட்டினார். 'கான்ஸ்டபிள், இந்தாளு இங்கதான் இருக்கட்டும்.'

'சரிங்க.'

அவர் ஜீப் ஏறிப்போனதும் என் வயிற்றில் கலவரம் ஏற்பட்டது. என்னடா எழவு இது! தெரியாத்தனமாக மாட்டிக்கொண்டு விட்டோமே, என்ன செய்ய! அய்யோ! உண்மையைச் சொன்னால் அது எப்படிப்பட்ட அபத்தமாக இந்தச் சந்தர்ப்பத்தில் இருக்கிறது! வில்லாவது, அம்பாவது! யாராவது நம்புவாங்களா! அதுவும் போலீஸ்!

எனக்கு என்ன காரணம் இருக்க முடியும்? இதை அந்த இன்ஸ்பெக்டர் யோசிக்கமாட்டானோ! காரணம் கண்டுபிடிக்க வில்லை! அதனால்தான் என்னைக் கைது செய்யவில்லை!

பெண்ணே மந்தாகினி! எதற்காகச் செத்துப்போனாய்? எதற்காக? எதற்காக?

'பெஞ்சியில் படுத்துக்கலாங்களா?' என்றேன்.

'தாராளமா. இன்ஸ்பெக்டர் நல்லவரு. உண்மையைச் சொல்லு. வக்கீல் வெச்சு உன்னைக் காப்பாத்துவாரு.'

'தப்பு செஞ்சிருந்தாத்தானே ஒப்புக்கறதுக்கு' என்றேன். பெஞ்சி யில் படுத்தேன். கண்ணை மூடினதும் தூக்கமில்லாத எரிச்சல் கிடைத்தது. வில், அம்பு என்பதைச் சுலபமாகத் தெளியவைத்து விடலாம். நான் சர்க்கஸ்காரன், வில், அம்பு பழகியவன், என்னிடம் வில், அம்பு இருப்பதில்ஆச்சரியமில்லைதான். ஆனால் அதை அவளிடம் ஏன் கொடுத்தேன் என்பதை விளக்க அவளது விநோதமான நடத்தையைப்பற்றி விவரித்துத்தான் ஆகவேண்டும்.

காட்டுத்தனமான சுபாவத்தையும் அவள் கன்னாபின்னா பேச்சுகளையும் சொல்லியே ஆகவேண்டும். அப்போதுதான் போலீசுக்குப் பின்னணி புரியும். இல்லையெனில் யாரும் நம்பப் போவதில்லை. என்மேல் பழி ஏற்பட சாத்தியங்கள் மிக அதிகமாக இருக்கின்றன. எப்படி மந்தாகினி என்னும் காட்டுத்தீயை விவரிப் பேன்? அவள் விரும்பிச் சொன்ன பொய்களை எப்படி எடுத்துரைப் பேன்? என்னை மயக்கி கடற்கரையில் நாங்கள் இணைந்ததையும் அணைந்ததையும் சொல்லத்தான் வேண்டுமோ? எப்படி போலீஸ் பாஷையில் இதையெல்லாம் நிலைநிறுத்துவேன்?

வாயிலில் ஜீப் சீறல் கேட்க நான் விருட்டென்று எழுந்துவிட்டேன். இன்ஸ்பெக்டர் விருவிருப்பாக நடந்து வந்தார். 'வாங்க ராதா கிருஷ்ணன்' என்றார். 'போஸ்ட்மார்ட்டம் ஆயிடுச்சு. பாடியை ஹாண்ட்ஓவர் பண்றதுக்கு இன்னும் கொஞ்சம் நேரம் ஆகும்.' அவர் என்னை நிமிர்ந்து பார்த்து 'உக்காருங்க' என்றார்.

நான் தயங்க, 'பயப்படாதீங்க, சூய்ஸைடுன்னுதான் இன்க் வெஸ்ட்டில தீர்மானம் ஆயிரும்போல இருக்கு. நீங்க ஏதாவது சொல்லணும்னா சொல்லுங்க.'

'எம்மேல பழி வருங்களா?'

'வராதுன்னு நினைக்கிறேன். ஓட்டல்காரர் உன்னைப் பார்த்ததா சொன்னார் ராத்திரி. இருந்தாலும் ராதாகிருஷ்ணன், உங்ககிட்ட என் சந்தேகம் ஒண்ணு சொல்லவா.'

'சொல்லுங்க சார்' என்றேன் பயத்துடன்.

'எல்லாமே பொருத்தமா டிப் டாப்பா இருக்கிறது எனக்குக் கொஞ்சம் செயற்கையா, நம்ப முடியாதபடி இருக்கு.'

'எனக்குப் புரியலிங்க.'

'த பாருங்க, அந்தம்மா அம்பால மார்ல குத்திக்கிட்டாங்க. அந்தச் சமயத்தில அம்பை அவங்களுக்குக் கொடுத்த நீங்க மதுரையி லிருந்து கணக்கா வந்திருக்கிங்க.'

'அகஸ்மாத்தா வந்திருக்கங்க.'

'குத்திக்கிட்ட அன்னிக்கு நீங்க வந்திங்களா அல்லது நீங்க வந்ததும் குத்தினாங்களா?'

'என்ன சொல்றிங்க?'

'த பாருங்க, நீங்க இன்னும் பயப்படறீங்க ராதாகிருஷ்ணன். உங்க பேர்ல பழி இல்லை. பழி இல்லை. ரிலாக்ஸ்! இது தற்கொலை யான்னு ஆராய்ஞ்சு பார்க்கலாம். ஏன்னா, எல்லாமே ரொம்ப, கதைல வர்ற மாதிரிப் பொருந்துது. சாட்சி சொல்ல நீங்க தயாரா வந்திருக்கிங்க. சரியான சமயம் பார்த்து அய்யா காஞ்சிபுரம் போயிருக்காரு. அவருடைய அலிபையை ஆணித்தரமா ஸ்தாபிக் கறதுக்கு எல்லா ஏற்பாடுகளும் நடந்திருக்கு!'

அவர் சந்தேகத்தின் ஆதாரங்கள் எனக்குப் புரிய ஆரம்பித்தன.

'அதுக்காகத்தான் நீங்க கேட்டிங்களா, நீயா வந்தியா, யாராவது கூப்பிட்டனுப்பிச்சாங்களான்னு.'

'ஆமாம். மேலும் நீங்க இன்னும் உண்மையை முழுக்க சொல்ல லைன்னு பட்சி சொல்லுது' என்று என்னை நேராகப் பார்த்தார். அந்தக் கண்கள் இமைக்காமல் என்னைத் துளைப்பதைத் தவிர்க்க நான் பார்வையைச் சரித்தேன். 'எங்கே என்னை நேரா பார்த்து சொல்லுங்க. நான் ஒண்ணுத்தையுமே மறைக்கலைன்னு. சொல் லுங்க ராதாகிருஷ்ணன்.'

'இல்லைங்க, மறைச்சங்க.'

'என்ன மறைச்சிங்க. சொல்லுங்க.'

'அந்தம்மாவோட... கடற்கரையில...'

'கடற்கரையில...'

'ரெண்டுபேரும் சேர்ந்தோம்.'

'ஐ ஸீ! அப்படின்னா நீங்களாவா, இயல்பாவா, இல்லை பலாத் காரம் பண்ணிங்களா?'

'அந்தம்மாதான் என்னைக் கூப்பிட்டாங்க! கடற்கரையில துணி எல்லாம் கழத்திப் போட்டுப்பிட்டு என்னை அணைச்சுக்கிட்டு முத்தம் கொடுத்து, மணல்ல...'

'அப்படியா! இன்டரஸ்டிங் ராதாகிருஷ்ணன். இப்ப நீங்க பொய் சொல்லலையே?'

'கடவுள் சத்தியமா அதாங்க நிஜம். அதுக்கப்புறம் அந்தம்மா பேர்ல பைத்தியம் ஆயிருச்சு. ராப்பகலாத் தூக்கமில்லாம, போன் பண்ணி, பேச முயற்சி பண்ணி, அவங்க என்னை வராதேன்னும்

சொல்லாம வான்னும் சொல்லாம பாச்சா காட்டி அலைக் கழிச்சு... கடைசில அந்த அக்கினியோட அவஸ்தை தாங்க முடியாம ரயிலேறி பஸ் பிடிச்சி, எப்படியோ அவங்களை தூரத்தில இருந்து பார்க்கறதுக்குன்னே, தரிசிக்கறதுக்குன்னே புறப்பட்டு வந்துட்டங்க. அந்தமாதிரி ஒரு மாதிரி பைத்தியமா அடிச்சுட்டாங்க என்னை! அப்படி ஒரு அல்லல். மிதக்கவும் முடியாம முழுகவும் முடியாம...'

விமானநிலையம், மோப்பெட் சவாரி, கடற்கரை கூத்து, மணல்... சாவைப் பற்றி பேச்சுக்கள்... ஆதியோடு அந்தமாக எல்லாவற்றையும் ஒளிக்காமல் மறைக்காமல் சொன்னேன்.

இன்ஸ்பெக்டர் மற்றொரு சிகரெட் பற்ற வைத்துக்கொண்டு புகைத்துவிட்டு யோசித்து, 'அப்படியா! இங்க வந்தப்புறம் என்ன ஆச்சு?'

'முதல்ல அவங்களைப் பார்க்க முடியலை. அப்புறம் முதலாளி போயிப் பாருன்னு சொன்னாரு. அடையாரு வீட்டில வந்து பார்த்தேங்க. மறுபடி சரசங்க! நம்பமாட்டிங்க. நேத்து சாயங்காலம் வீட்டு வேலைக்காரப் பொண்ணை லாண்டரிக்கு அனுப்பிச்சுட்டு, புருஷன் வரத்துக்குள்ள நடுக்கூடத்தில மறுபடியும் என்னோட செக்ஸ்! அது புயலுங்க! சமாளிக்க முடியாத காட்டுக்குதிரை!'

இப்போது இன்ஸ்பெக்டர் முகத்தில் வெளிச்சம் ஏற்பட்டது. 'மைகாட்! இப்படி இருக்குமோ?'

'எப்படிங்க.'

நான் கேட்டதற்கு பதில் சொல்லாமல், 'மிஸ்டர் ராதா கிருஷ்ணன், உங்களுக்கு சர்க்கஸ்ல வேலை போயிருச்சுன்னு சொன்னிங்களே, அதைப்பத்தி புருஷோத்தமுக்குத் தெரியுமா?'

'தெரியுங்க. தெரிஞ்சுதான் கோஷிகிட்ட சொல்லி, கூப்பிட் டனுப்பிச்சு...'

'குட். அந்தம்மா எப்படி இருந்தாங்க? மந்தாகினி புருஷோத்தம்?'

'எப்படின்னா.'

'பார்க்க நல்லா இருந்தாங்களா?'

'நல்லா அழகாத்தான் இருந்தாங்க.'

'புருஷன்கிட்டப் பொய் சொல்லி உங்களை அழைச்சுகிட்டு உங்ககூட சரசம் பண்ணினாங்களா?'

'எல்லாம் விரும்பிச் சொல்லற பொய்கள்னாங்க!'

'விரும்பிச் சொன்ன பொய்கள், எக்ஸலண்ட்! விரும்பிச் சொன்ன சத்தியங்கள்னு நாட்டுப்பாடல்ல வரும். மிஸ்டர் ராதாகிருஷ்ணன், உங்க கதைக்கு வேற ஒரு விளக்கம் இருக்குதே கவனிச்சிங்களா.'

'எப்படிங்க.'

'நான் சொல்றதைக் கவனமாக் கேளுங்க. உங்களுக்கு நடந்தது எல்லாமே முன்னாலயே திட்டமிட்டதுன்னு வெச்சுக்கங்க. ஒரு பேச்சுக்கு,'

'எப்படி சொல்லுங்க! புரியலை!'

'புருஷோத்தமுக்கு ஒரு மனைவி இருக்காங்க. மந்தாகினின்னு பேரு. அந்த மனைவிக்கு நிறையச் சொத்து இருக்குது. மனைவி இறந்துட்டா அந்தச் சொத்து பாத்தியதை எல்லாம் புருஷோத்த முக்கே வரும். இது உண்மை.'

'புருஷோத்தமுக்கு பணம் தேவையில்லைங்களே! அவரே பெரிய கம்பெனிக்கு அதிபதியாச்சே?'

'அந்த கம்பெனி லாஸ்ல ஓடிச்சுதுன்னா? அவருக்கு பணத்தேவை இருக்குதுன்னு வெச்சுக்கங்க. கொல்வாரா, மாட்டாரா?'

'கொல்றதா?'

'ஆமா, அந்த மனைவியைக் கொல்றதாத் தீர்மானிச்சுட்டாருன்னு வெச்சுக்கங்க. அதை எப்படி நடத்தறது? அதை ஒரு தற்கொலை போலக் காமிக்கணும். அந்தம்மாவுக்கு தற்கொலை, தற்கொலை இச்சை நிறைய இருக்கறாப்பல பாவலா காட்டணும். எப்பப் பார்த்தாலும் அந்தம்மா தற்கொலை பற்றிப் பேசிக்கிட்டே இருந்தாங்கன்னு நீங்க சொன்னிங்க இல்லையா...'

'ஆமாங்க.'

'அதனால, அதுமட்டும் இல்லாம, அதை நிரூபிக்க சாட்சி சொல்ல உன்மாதிரி ஒரு ஆள் உபயோகப்படுத்தப்பட்டிருக் காங்கன்னு வெச்சுக்கங்க.'

'எப்படிங்க?'

‘அம்பால குத்திக்கிட்டதாலே, இந்த அம்புக்குச் சொந்தக்காரன் யாருன்னு உங்களை போலீஸ் தேடிவந்து கேட்டா, நீங்களும், ‘அந்தம்மா கொஞ்சம் ஒருமாதிரி, அடிக்கடி சாவைப்பற்றியே பேசிக்கிட்டு இருக்கும், சூய்ஸைடல் டெண்டன்ஸி உண்டு’ன்னு ரெடியா சாட்சி சொல்றாப்பல, அதுக்கேத்தாப்பல சம்பவங்களை அமைச்சா...’

‘எப்படிச் சாத்தியம்? எங்கயாவது ஒரு மனைவி மற்ற ஊருக்கு இன்னொருத்தன்கிட்டப் போய் எனக்குச் சாவறதில ஆசைன்னு சொல்வாங்களா?’

‘அது மனைவி இல்லைன்னா?’

‘அய்யோ, என்ன சொல்றிங்க நீங்க?’

‘உங்களை வந்து சந்திச்சது நிசமான மந்தாகினி புருஷோத்தம் இல்லை. மந்தாகினின்னு பேர் வெச்சிக்கிட்ட வேற ஒரு பொண்ணு. ஏற்பாடு செய்து ஒத்திகை பார்க்கப்பட்ட பொண்ணு! அப்படின்னு வெச்சுக்கங்க. அந்தப் பொண்ணுதான் மிசஸ் புருஷோத்தம்னு நீங்க நம்ப, அந்தப் பொண்ணு உங்களை வந்து சந்திச்சு, உங்ககிட்ட செடக்ட்டிவா நடந்துக்கிட்டு உங்களை மயக்கி, உங்க அம்பை வாங்கிக்கிட்டு வரவேண்டியது பொறுப்புன்னு சொல்லி, உங்களைப் பைத்தியமா ஆக்கி, அவ பின்னாலயே அலையும்படிப் பண்ணி, அதுக்கு முன்னாடி சூய்ஸைடு, டெத்து, அது இதுன்னு பேசிக் குழப்பி, உங்களை ‘மந்தாகினி, கிறுக்கு பிடிச்ச மனைவி. எப்ப என்ன பண்ணுவான்னு சொல்லவே முடியாது’ன்னு சாட்சி சொல்றாப்பல வெச்சு...’

‘இறந்தது யாருங்கறிங்க?’

‘இறந்தது நிசமான மந்தாகினி புருஷோத்தம்! இது தற்கொலை இல்லை. கொலை! இந்த சினேரியாவை பாருங்க. ராத்திரி புருஷோத்தம் வந்து மனைவியை மார்ல குத்தி அம்பை செருகிட்டு கையோட கையா காஞ்சிபுரம் போய்ச் சேர்ந்துர்றாரு. அங்க அவரைப் பார்த்ததா சாட்சி சொல்ல பலபேர் முன் வந்திருக்காங்க. எனக்கு அதிகாலையில் போன் வந்து போய் பாடியைப் பார்த்தப்ப முதல்ல என்னைக் கவர்ந்தது மார்ல இருந்த அம்புதான்! பாருங்க, ரொம்ப விநோதமான சாவு!

‘அம்பு குத்திச் செத்துப் போனதை மோடி ஜூரிஸ்புரூடன்ஸ் புத்தகத்திலதான் பாத்திருக்கேன். உடனே நான் விசாரிச்சது -

யார்துய்யா இந்த அம்புன்னா, அதுவா, ஒரு சர்க்கஸ்காரன் மதுரையில டிப்போல இருக்கான். அவன்தான் இந்த மாதிரி அம்பு வெச்சிருந்தான். நேற்றுகூட இவளை வந்து பார்த்தானேன்னு, சந்தேகம் பூரா உம்மேல ஏற்படும்படியா ஒரு செட்டப்பு. புரியுதா?'

'புரியுதுங்க, மனைவி வேற, என்னை வந்து சந்திச்சு நாடகமாடிய பொண்ணு வேற, அப்படிங்கறிங்க.'

'அப்படி ஒரு சாத்தியம் இருக்கலாம்னு யோசிச்சுப் பார்க்கறேன்!'

'அப்படின்னா என்னை வந்து பார்த்த பொண்ணு உயிரோடதான் இருக்காங்கறிங்களா?'

'இருக்கலாம்.'

'கண்டுபிடிச்சிரலாமே அதை.'

'ராதாகிருஷ்ணன், அதைத்தான் சொல்ல வந்தேன். நீங்க அடையாளம் காட்டணும். இன்னும் பாடியைப் பார்க்கலை இல்லையா நீங்க?'

'இல்லைங்க. அதுக்குள்ள நீங்க அழைச்சுட்டு வந்துட்டிங்களே.'

'இன்னேரம் பாடியை ஹாண்ட் ஓவர் பண்ணியிருப்பாங்க. அதனால என்ன பண்றிங்க, இப்ப எங்கூட வாங்க. இது திட்டமிட்ட கொலை கேஸ்னா பிணத்தின் முகத்தைப் பார்த்ததுமே உங்களுக்குப் புரிஞ்சுரும் இல்லையா?'

'ஆமாங்க.'

'இல்லை, நிசமாவே மந்தாகினின்னு ஒரே ஒருத்திதான் இருந்தா, உங்களுக்கு நடந்ததெல்லாம் அப்படியே இயல்பா நடந்தது. அவ நிசமானவ. அவளுடைய தற்கொலை இச்சைகள் உண்மைதான். மந்தாகினினு ஒரே ஒருத்திதான் இருந்தா அப்படின்னா இப்ப உடனே - இப்ப தெரிஞ்சுரும் இல்லையா? முகத்தைப் பார்த்த உடனே தெரிஞ்சுரும் இல்லையா?'

'தெரிஞ்சுரும்.'

'உங்களை வந்து சந்திச்ச மந்தாகினி முகத்தை ஞாபகம் இருக்கு தில்லையா?'

'நிச்சயம். நிச்சயம் மறக்க முடியாத முகம்ங்க!'

‘ஏறுங்க ஜீப்பில!’

அவருடன் மறுபடி ஜீப்பில் ஏறிச் சென்றபோது என் உடல் நடுங்கியது. கரங்கள் நடுங்கின. என்ன வினோதமான கடமை! ஒரு பிணத்தின் முகத்தை அடையாளம் கண்டுகொண்டு, இவள் தான், இவளில்லை என்ற ஒரு வார்த்தையில் ஒரு மஹா மஹா குற்றமே தீர்மானிக்கப்படப்போகிறது.

திரும்ப நாங்கள் சென்றபோது ஒரு கிரய வண்டியில் பிணத்தை வைத்து புறப்பட்டுக்கொண்டிருந்தனர். இன்ஸ்பெக்டர் ஜீப்பைக் குறுக்கே நிறுத்தி, ‘ஹோல்ட் இட்!’ என்றார். எல்லாப் பக்கங் களிலும் கண்ணாடியாக இருந்த அந்த இறுதி வண்டியில் மலர் மாலைகள் தூவப்பட்டு ஒரு சவப்பெட்டி இருந்தது. அதனருகில் ஊதுவத்தி கொளுத்தி இருக்க புருஷோத்தம் ஆழ்ந்த சிந்தையராக உட்கார்ந்திருந்தவர் எங்களைப் பார்த்து மெல்ல நிமிர்ந்தார். ‘இன்ஸ்பெக்டர்! ஃபார்மாலிடியெல்லாம் முடிஞ்சு ஹாண்ட்ஓவர் பண்ணிட்டாங்க!’

‘இஃப் யூ டோண்ட் மைண்ட், சவத்தின் முகத்தை பார்க்கணும்.’

அவர் நிதானமாக பூக்களைப் பிரிக்க, சவம் பெட்டிக்குள் அடங்கி யிருந்தது. பெட்டி மூடியிருந்தது.’

‘பெட்டில போட்டாச்சுங்க இன்ஸ்பெக்டர். ப்ளீஸ். என் நரகத்தை இன்னும் அதிகப்படுத்தாதிங்க. ரொம்ப நொந்து போயிருக்கேன்.’

‘ப்ளீஸ் மிஸ்டர் புருஷோத்தம், ஒரே ஒரு முறை பார்க்க அனு மதிங்க. இன்னும் சீல் ஆகலைன்னு நினைக்கிறேன். எதுக்காகப் பொட்டியில போட்டு மூடியிருக்காங்க?’

‘பிக்காஸ் மந்தாகினி இஸ் எ கிறிஸ்டியன்!’ என்றார் அவர் நெற்றி நரம்புகள் புடைக்க.

‘ஸாரி. ஓப்பன் பண்ணியே ஆகணும். இவர் பார்த்தே ஆகணும்.’

‘எதுக்கு, எதுக்கு?’

‘ஐ’ல் டெல் யூ மிஸ்டர் புருஷோத்தம். ப்ளீஸ் ஓப்பன் பண் ணிருங்க!’

‘முடியாதுய்யா, நீ யாரை வேணா கூட்டிட்டு வா. வாரண்ட் ஏதும் இல்லாம நீங்க இப்படி ரிலீஸ் பண்ண பாடியை அவமதிக்கக்

கூடாது. ப்ளீஸ், கோ அவே இன்ஸ்பெக்டர். போதும் என் நரக வேதனை!'

'இப்ப ஓப்பன் பண்ணப்போறிங்களா இல்லையா, நீங்க இதுக்குச் சம்மதிக்காம இருக்கிறதே என் சந்தேகத்தைக் கிளப்புது.'

'என்ன சந்தேகம்?'

'நீங்கதான் உங்க மனைவியை கொன்னுட்டிங்கன்னு...'

'வாட் நான்சென்ஸ். கெட் அவுட்! உங்க பேத்தலைக் கேட்டுக் கிட்டு இருக்க விருப்பமில்லை. ஒரு தனி மனிதனுக்கு உள்ள உரிமைகளை இப்படி அராஜகமாப் பறிக்கிறதுக்கு, அவன் சோகத்தில் இப்படி குரூரமாக் குறுக்கிடறதுக்கு இது போலீஸ் ராஜ்ஜியமில்லை. கெட் அவுட்.'

'நகருய்யான்னா!' என்று இன்ஸ்பெக்டர் முரட்டுத்தனமாக வண்டிக்குள் ஏறி மாலைகளை அகற்றி, மலர்களை அகற்றி, என் கையைப் பற்றி இழுத்துக்கொண்டு அந்தச் சவப்பெட்டியின் மூடியை அவசரமாக நெம்பி கஷ்டப்பட்டுத் திறந்தார். புதிய வார்னிஷும் புதிய தாள்களால் ஏற்பட்ட கிறீச்சு சப்தமுமாக அந்த பெட்டியின் மேல்மூடி திறந்தது.

'வாய்யா ராதாகிருஷ்ணன்! பாரு! இதான் நீ பார்த்த, சந்திச்ச, பழகின மந்தாகினியா?'

நான், திறந்த சவப்பெட்டியில் பொருந்தியிருந்த அந்த முகத்தைப் பார்த்தேன்.

'சொல்லுய்யா, இதானா நீ பார்த்த மந்தாகினி?'

அன்புள்ள வாசகருக்கு: இந்தக் கதையில் இன்னும் ஒரே ஒரு வார்த்தைதான் பாக்கியிருக்கிறது.

அது என்ன வார்த்தை?

ஆம்.

இல்லை.

நீங்கள் எந்தப் பொய்யைச் சொல்ல விரும்புகிறீர்கள்?